Eyja friðarins

Ríkið handan öldurnar

Jessica Hintz

Bandaríkin
2024

Áletrun

Titill bókar: Eyja friðarins - Ríkið handan öldurnar
Höfundur: Jessica Hintz

Höfundur: Jessica Hintz
Hafðu samband: boxingboy898337@gmail.com

INNIHALD

Kafli 1: Dularfulla fundurinn við ströndina

Rosemary Evans ráfaði meðfram ströndinni, gylltir litir sólarlagsins varpuðu heitum ljóma yfir endalausan sjóndeildarhring tindrandi öldu. Á meðan hún gekk, voru augu hennar fast á hinum stórbrotna Sjávarkastala sem stóð stoltur í fjarska, glæsilegir turnar hans rísa upp við himininn. Það var lén föður hennar, tignarlegt bú með útsýni yfir víðáttumikið, órólegt hafið. En þrátt fyrir fegurð atriðisins og auðæfi sem hún fæddist inn í, var óróleg tilfinning í hjarta hennar.

Hún var eina dóttir Sir Geralds Evans, manns sem nafn hans var samheiti yfir auð og áhrif á Englandi. Samt, þrátt fyrir forréttindalíf sitt, fann Rosemary litla gleði í nýlega endurgiftingu föður síns við ekkju Jarls af Pearlsbury. Samfélagið, þótt fagnað væri af samfélaginu, hafði skilið eftir Rosemary með nagandi einmanaleikatilfinningu.

Móðir hennar, Lady Evans, hafði dáið þegar Rosemary var aðeins tíu ára gömul. Frá þessum hörmulega missi hafði faðir hennar verið hennar eina uppspretta huggunar og félagsskapar. Minningarnar um móður hennar ásóttu hana enn og nú dýpkaði nærvera annarrar konu í lífi föður hennar aðeins tilfinningu hennar fyrir yfirgefningu. Í fyrsta skipti í mörg ár leið henni eins og hún væri á reki, hjarta hennar þráði ástina og athyglina sem einu sinni hafði verið svo mikil.

Tár spruttu í augu Rosemary þegar hún gekk meðfram ströndinni, hugsanir hennar skýddust af einmanaleikanum sem hún var farin að finna fyrir harðari með hverjum deginum sem leið. Hún hvíslaði hljóða bæn til Guðs, bað um frið, um huggun, um eitthvað til að lina sársauka í hjarta sínu.

Þegar hún hélt áfram göngunni dróst augnaráð hennar að einhverju óvenjulegu nálægt vatnsbrúninni. Hún stoppaði og snéri sér inn í dofna ljósið og reyndi að átta sig á undarlegu sjóninni sem blasti við henni. Þar lá á rökum sandinum lítill og örmagna sjóhestur, viðkvæmur líkami hans hreyfðist varla. Við hlið hennar, næstum eins og henni hefði verið komið fyrir viljandi, var lítill skrautlegur kassi.

Forvitnin vakti, Rosemary beygði sig niður og lyfti öskjunni varlega. Um leið og fingur hennar snertu slétt yfirborð þess, virtist undarleg hlýja geisla frá því, og áður en hún gat fyllilega skilið hvað var að gerast fór sjóhesturinn að glóa. Það skein skært, nánast blindaði hana. Ljósið var svo sterkt að hún varð að loka augunum, hún þoldi ekki birtuna.

Þegar hún opnaði þær aftur, trúði hún varla því sem hún sá. Í stað sjóhestsins stóð stórglæsilegur hvítur hestur, feldurinn glitraði eins og snjór í dofnandi birtunni. Veran var há, glæsileg og gaf frá sér tilfinningu fyrir náð og styrk. Rosemary fraus um stund og hjartað sló í brjóstið. Hræðslubylgja gekk yfir hana, þó hún gæti ekki alveg útskýrt hvers vegna. Hesturinn var fallegur, en skyndilega útlit hans, ásamt undarlegum ljóma, olli henni óróleika.

— Ímyndaði ég mér það? hugsaði hún og reyndi að hagræða augnablikinu. „Kannski kom það bara núna, á örskotsstundu.

Rosemary dró djúpt andann, hristi af sér augnabliks skelfinguna og leit í kringum sig. Fjöran var auð og engin merki um nokkurn mann í nágrenninu sem gæti hafa gert tilkall til hestsins. Það virtist, ómögulegt, tilheyra engum nema henni. Með semingi rétti hún fram höndina og lagði höndina á mjúkan, flauelsmjúkan háls dýrsins. Hesturinn hikaði mjúklega til að svara, eins og hann þekkti snertingu hennar og fagnaði henni.

Friðartilfinning skolaðist yfir hana og kvíðinn sem hafði gripið hana fyrir augnablikum fór að hverfa. Hún gat ekki stillt sig um að skilja hestinn eftir. Það var of fallegt, of blíðlegt, og hún fann fyrir óútskýranlegum tengslum við það, eins og það hefði beðið hennar allan tímann. Með síðustu sýn á dularfulla kassann, sem hún hélt enn í hendinni, ákvað hún að taka hestinn með sér.

Þegar hún gekk til baka í átt að Sjávarkastalanum fylgdi hvíti hesturinn eftir henni þegjandi, hófsláttur hans mjúkur við sandinn. Rosemary horfði um öxl og var hissa að sjá að það var enn til staðar og eltist á eftir henni eins og það hefði verið hennar allan tímann. Hún hafði ekki hugmynd um hvaðan það var komið eða hvers vegna það hafði birst, en hún fann fyrir undarlegum tilgangi þegar hún leiddi það upp stíginn í átt að kastalahliðunum.

Hesturinn, þótt stór og glæsilegur, virtist ekki bera vott um ógn. Þess í stað hreyfðist það af rólegri náð, nærvera þess hughreystandi á þann hátt sem Rosemary gat ekki alveg útskýrt. Hún brosti þegar hún snerti háls dýrsins aftur og fann fyrir tengingu sem fór yfir rökfræði eða skynsemi. Það var eins og hún hefði fundið félaga, vin, í þessari stórbrotnu veru.

Kvöldloftið var svalt þegar Rosemary nálgaðist kastalann, en hlýjan í nærveru hestsins hélt henni huggun. Þetta var undarlegt og töfrandi augnablik, sem virtist þoka mörkin á milli raunveruleikans og eitthvað stórkostlegra. En á því augnabliki efaðist Rosemary ekki um það. Hún sætti sig einfaldlega við það og leyfði sér að umvefja töfra viðureignarinnar.

Þegar hún kom inn í kastalann fylgdi hesturinn henni án þess að hika, hófar þess bergmáluðu á steingólfinu. Hjarta Rosemary þrútnaði af blöndu af undrun og þakklæti. Hún hafði komið að ströndinni í leit að huggun og einhvern veginn, á óvæntasta hátt, hafði hún fundið hana. Hún var ekki viss um hvað framtíðin bæri í skauti sér eða hvers vegna hesturinn hafði birst, en hún vissi að í fyrsta skipti í langan tíma fannst henni hún ekki vera svona ein.

Hesturinn stóð hljóður við hlið hennar, höfuð hans sneri að henni eins og hann væri að bíða eftir næstu hreyfingu hennar. Hún setti kassann varlega á nærliggjandi borð og strauk fax hestsins. Mjúkir, silkimjúkir þræðir runnu í gegnum fingur hennar eins og mildur andvari. Það var þá sem hún áttaði sig á því að hesturinn var ekki bara falleg skepna - það var eitthvað meira. Tákn um eitthvað stærra, eitthvað sem hún gat ekki enn skilið.

Töfrandi ljómi sjóhestsins, útlit hestsins, kassinn - þetta fannst allt eins og draumur, eða kannski merki. En hvað sem það var, þá vissi Rosemary að líf hennar hafði breyst á þessari hverfulu stundu við ströndina. Sorgin og einmanaleikinn sem einu sinni hafði neytt hana virtist hafa dofnað í bakgrunninn, ný tilfinning um undrun og möguleika kom í staðinn.

Þegar kvöldið var að líða undir lok og síðasta sólarljósið hvarf handan sjóndeildarhringsins gat Rosemary ekki annað en fundið vonarneista flökta í hjarta hennar. Hesturinn, sem nú er hluti af heimi hennar, myndi vera við hlið hennar og bjóða henni styrk og félagsskap á komandi dögum. Hún var ekki viss um hvert ferðin myndi leiða, en í fyrsta skipti í langan tíma var hún tilbúin að faðma hvað sem kæmi næst.

Og þegar kastalinn blasti við henni, turnarnir dökknuðu í rökkrinu, vissi Rosemary Evans að líf hennar, þótt flókið og óvisst væri, hefði tekið ótrúlega stefnu. Ströndin hafði gefið henni gjöf — gjöf sem myndi bera hana inn í framtíð fyllta bæði leyndardóms og töfra.

Kafli 2: Koma tignarlega hestsins

Hlið Sjávarkastala opnuðust þegar Rosemary Evans kom með stórkostlega hvíta hestinn sér við hlið. Verðmennirnir, sem höfðu lengi verið vanir því hvernig gengur og gerist í búinu, urðu undrandi við að sjá glæsilegu veruna sem fylgdi henni. Þetta var töfrandi sjónarspil - sem þau höfðu aldrei orðið vitni að áður - og andlit þeirra lýstu upp af ánægju þegar þau sáu Rosemary nálgast.

"Ungfrú Rosemary!" kallaði einn varðmannanna um leið og hann kinkaði virðingu kolli. "Hvílíkur dásamlegur hestur sem þú hefur tekið með þér í dag."

Rosemary brosti tignarlega og skilaði kveðju þeirra. „Ég fann þennan hest við sjávarsíðuna," útskýrði hún. "Það var enginn í kringum mig, svo ég ákvað að koma með það hingað. Það virðist vera tamt og nokkuð gáfulegt. Ég treysti því að þú komir vel fram við það og gætir þess."

"Til þjónustu þinnar, fröken!" svöruðu verðirnir í takt og hneigðu sig djúpt fyrir henni. Aðdáun þeirra á bæði hestinum og Rosemary var skýr. Þau stóðu til hliðar þegar hún gekk framhjá þeim, færðist með hljóðlátum glæsileika í átt að kastalahurðunum, hesturinn elti fast á eftir henni.

Þegar inn var komið gaf Rosemary hesthúsmönnum fyrirmæli um að meðhöndla hestinn af fyllstu varkárni. "Ég vil að hann sé vel snyrtur," sagði hún, "og búinn fínasta hnakk, stigum og samsvarandi fylgihlutum í ljómandi hvítu. Ég vil að hann sé tilbúinn til að hjóla eftir viku." Hún talaði með rólegu yfirvaldi og mennirnir kinkuðu kolli til samþykkis, fúsir til að fylgja skipunum hennar.

Með aðgát hestsins dró Rosemary sig inn í herbergið sitt til að tryggja sér dularfulla kassann sem hún hafði fundið við hlið skepnunnar. Hún setti það varlega meðal annarra dýrmætu skartgripanna sinna, læsti það í lítilli kistu með lyklinum örugglega falinn. Rosemary þorði ekki að opna kassann — ekki ennþá, samt. Furðulegur ljómi sjóhestsins og skyndileg útlit hvíta hestsins skildu eftir grunsemdir sem hún gæti ekki hunsað. Hvað geymdi kassinn? Var eitthvað meira við hestinn en hún vissi?

Hún vissi það ekki, en hún var ekki tilbúin að afhjúpa leyndarmál þess ennþá.

Á meðan var hesturinn meðhöndlaður eins og kóngafólk af hesthúshöndum. Leiðbeiningar Rosemary voru skýrar og þær spöruðu engu við að dekra við hina stórbrotnu veru. Það var gefið besta mat úr verslunum kastalans og feldurinn var fágaður til fullkomnunar. Hvíti hesturinn varð fljótt öfundsverður af hinum hestunum í hesthúsinu, sem stóð upp úr með óaðfinnanlega fegurð sinni og þokka. Það var ekki annað hægt en að taka eftir glæsileikanum sem það bar - aura sem virtist lyfta loftinu í kringum sig.

Um kvöldið var kastalinn lifandi af spenningi. Það var kominn nýr gestur, konunglegur gestur, og það kom ekki á óvart að viðvera hestsins væri í umræðunni. Sir Gerald Evans, faðir Rosemary, og nýja brúður hans, Lady Evans, voru meðal þeirra fyrstu til að dást að verunni.

„Hvílíkt stórkostlegt dýr, elskan mín," sagði Sir Gerald og augun stór af aðdáun þegar hann horfði á hestinn. „Ég verð að segja að ég hef aldrei séð annað eins.

Lady Evans, brosti hlýlega, bætti við: "Þetta er fegurð. Þakka þér, Rosemary, fyrir að koma því inn í líf okkar. Þetta verður glæsileg viðbót við kastalann."

Rosemary fann fyrir stuttu augnabliki af stolti, en það féll fljótt í skuggann af nærveru Lady Evans. Þrátt fyrir hrósið var eitthvað órólegt við orð nýrrar stjúpmóður hennar og stöðug áminning um breytingar á lífi hennar gerði það að verkum að erfitt var að njóta augnabliksins til fulls.

Síðar, þegar fjölskyldan kom saman í stóra sal kastalans, snerist samtalið enn og aftur að hestinum. Lady Evans, með augu hennar tindrandi af spenningi, lýsti þeirri ósk sinni að ríða dýrinu með Sir Gerald. "Væri það ekki dásamlegt, Gerald?" sagði hún. "Svona tignarlega skepnu ætti að ríða, finnst þér ekki?"

Rosemary fann fyrir óþægindum í brjósti sér. Hesturinn hafði verið svo rólegur við hana, en tilhugsunin um að aðrir riðu honum virtist óróa hana. Það var eitthvað við það sem fannst svo einstakt, svo viðkvæmt, að hún gat ekki vikið frá þeirri tilfinningu að það ætti að geyma það öruggt. Samt vildi hún ekki virðast of verndandi, svo hún hikaði áður en hún svaraði.

„Þetta virðist vera nógu vingjarnlegt," sagði Rosemary og reyndi að fela áhyggjur sínar. "En kannski ættum við að gefa því smá tíma til að koma okkur fyrir. Það er enn nýtt í kastalanum."

Laura, ríkisstjórinn, sem hafði staðið hljóðlega í bakgrunninum, tók skyndilega til máls. „Ég er ekki svo viss um þessa hugmynd," sagði hún, rödd hennar ákveðin og efins. "Þessi hestur gæti verið villtur, þrátt fyrir rólega framkomu. Það er alltaf betra að fara varlega með slík dýr."

Rosemary sneri sér að henni. "En það virðist vera svo blíðlegt," svaraði hún og reyndi að fullvissa Lauru. „Ég hef alls ekki átt í vandræðum með það".

Laura lyfti augabrúninni. "Ég hef séð nógu marga hesta á sínum tíma til að vita að útlitið getur verið blekkjandi. Þú gætir viljað endurskoða þetta."

„Ég held að við getum treyst því," sagði Rosemary og tónninn hennar öruggari núna. "Ég er viss um að það verður í lagi. Faðir, ertu ekki sammála?"

Sir Gerald, sem hafði hlustað rólega, talaði loksins. "Ég held að Rosemary hafi rétt fyrir sér," sagði hann, rödd hans róleg en opinber. "Við munum gefa því séns. Ef það reynist vel hagað, þá er ekki skaðlegt að láta Lady Evans fá far."

Rosemary brosti létti, glöð yfir því að faðir hennar hefði staðið með henni. Hún leit á Lauru, sem virtist ekki vera ánægð, en hún gat ekkert gert. Ákvörðunin hafði verið tekin.

Lady Evans, himinlifandi yfir samþykkinu, klappaði saman höndunum. "Dásamlegt! Við ætlum að gera áætlanir um að ríða honum á morgun. Ég get ekki beðið eftir að taka beygju á svona flottan hest."

Rosemary sá að stjúpmóðir hennar var þegar að sjá fyrir sér uppi á hestinum, en hluti af henni var órólegur. Hún gat ekki vikið frá þeirri tilfinningu að hesturinn væri hennar, að hann tilheyrði henni einni. Samt hélt hún hugsunum sínum fyrir sjálfa sig og reyndi að njóta kvöldsins.

Það sem eftir lifði kvöldsins fylltist kastalinn af spjalli og hlátri. Hesturinn var orðinn miðpunktur athyglinnar, dáður af öllum sem höfðu séð hann. Rosemary gat ekki annað en fundið fyrir undarlegri blöndu af stolti og verndun, en hún gat heldur ekki neitað því að fegurð verunnar hafði veitt kastalanum gleðitilfinningu sem hafði verið saknað í nokkurn tíma. Sir Gerald virtist ánægður, Lady Evans var ánægð og gestirnir sem höfðu safnast saman um kvöldið dáðust að glæsileika og þokka hestsins.

Samt innan um alla spennuna var ein manneskja sem þagði og dálítið fjarlæg — Laura, ríkisstjórinn. Vanþóknun hennar var augljós, en hún hafði enga þýðingu. Leikandi andi Evans-fjölskyldunnar hafði tekið völdin og kvöldið var fullt af hlátri og fyrirheit um ný ævintýri. Fyrir alla, nema ráðskonuna, var þetta yndislegt kvöld í Sjávarkastalanum.

Þegar leið á kvöldið, dró Rosemary sig inn í herbergið sitt og hugur hennar fór á fullt af hugsunum um hvíta hestinn. Hún hafði ekki hugmynd um hvað myndi gerast næst, en eitt vissi hún fyrir víst: líf hennar hafði breyst um leið og hún fann það á ströndinni og hún var ekki viss um hvert þetta undarlega ferðalag myndi leiða hana.

3. KAFLI: ÖRLÖGIN

Eftir viku af nákvæmri umönnun og þjálfun var dagurinn loksins runninn upp. Hesturinn, sem fylgst hafði verið vel með og undirbúinn fyrir ferðina, var tilbúinn í fyrsta reiðtúrinn. Rosemary vaknaði fyrir dögun, tilhlökkun hennar var áþreifanleg þegar hún undirbjó daginn framundan. Þjónustukonurnar hennar hjálpuðu henni í ferðaklæðnaðinn - léttur, þægilegur fatnaður sem hentaði í ferð, með skikkju dreginn yfir axlir hennar til að verja hana fyrir morgunkuldanum. Hún gaf út nokkrar lokaleiðbeiningar og tryggði að allt væri í lagi fyrir ferðina á undan, áður en hún hélt út.

Ráðherra hennar, Laura, var þegar að búa sig undir að hjóla líka. Landstjórinn hafði verið fastur félagi Rosemary frá því hún var ung stúlka, og hjólað við hlið hennar í öllum skoðunarferðum frá fyrstu hestaferð Rosemary aðeins þrettán ára. Hún var ströng kona, alltaf vakandi fyrir öryggi Rosemary, sérstaklega þegar kom að reið. Jafnvel núna, eftir öll þessi ár, var Laura jafn varkár og alltaf, staðráðin í að láta Rosemary ekki hjóla of hratt af ótta við meiðsli.

Í fylgd með tíu vopnuðum mönnum sínum, sem höfðu það eitt að markmiði að vernda dömurnar, lögðu þeir af stað í ferðina. Mennirnir voru vel þjálfaðir, færir um að verja dömurnar ef þörf krefur, en þeir vissu að aðalskylda þeirra var að tryggja öryggi Rosemary og ríkisstjóra hennar. Slóðin sem þeir fylgdu var hlykkjóttur og kyrrlátur, með háum trjám beggja vegna, og greinar þeirra vörpuðu mjúkum skugga yfir jörðina.

Þegar þeir hófu ferð sína gat Rosemary ekki annað en tekið eftir kyrrlátri fegurð snemma morguns. Þokan, sem var enn í loftinu, hvarf hægt og rólega með hlýju sólargeislanna. Blómin meðfram göngustígnum virtust líka vakna, litir þeirra skærari og ilmurinn ilmandi, eins og þau væru líka að heilsa Rosemary. Örsmáir döggardropar loðuðu við lauf trjánna, glitra í sólarljósinu, sem lét sviðsmyndina líta út fyrir að vera töfrandi, næstum annars veraldleg. Það var eins og náttúran sjálf væri að blessa hana, og í stutta stund fann hún fyrir friði við heiminn.

Að hjóla á hestinum fannst mér ólíkt öllu sem Rosemary hafði upplifað áður. Ferðin var slétt, nánast áreynslulaus og dýrið virtist renna yfir landslagið með þokka sem var bæði heillandi og súrrealískt. Í fyrsta skipti á ævinni fann Rosemary fyrir djúpum tengslum við veruna undir henni. Það var eins og hesturinn væri framlenging af henni sjálfri, hreyfist í fullkomnu samræmi við hverja hugsun hennar og þrá.

Hún leit aftur yfir öxlina til að sjá ríkisstjórann og karlmennina koma á eftir. Laura, eins og við var að búast, gat ekki fylgst með hraða Rosemary. Embættiskonan kallaði á hana og hvatti hana til að hægja á sér. "Rosemary, takk!" Rödd Lauru barst um loftið, áhyggjufull. "Þú verður að hægja á þér! Það gæti verið hættulegt!" Orð hennar voru hlaðin af sömu varkárni og hafði einkennt hverja ferð síðan Rosemary var barn.

En Rosemary, sem var hrifin af gleði augnabliksins, heyrði varla í henni. „Þetta hlýtur að vera villtur hestur,“ muldraði Laura undir öndinni, áhyggjur hennar jukust með hverju augnabliki sem líður.

Rosemary óttaðist hins vegar ekki. Hún skildi ekki hvers vegna, en hún vissi, innst inni, að hesturinn myndi ekki skaða hana. Það var eins og hún og hesturinn deildu einhverju ósögðu sambandi, trausti sem myndaðist á rólegum stundum sem þau höfðu eytt saman. En eftir því sem fjarlægðin á milli þeirra jókst og grátur ríkisstjórans urðu fjarlægari, sló hjarta Rosemary af óróleikatilfinningu. Getur verið að hesturinn hafi verið virkilega villtur? Eða var það eitthvað meira - eitthvað sem tengdi hana við öfl sem hún skildi ekki?

Ferðin hélt áfram og Rosemary var fljótlega nokkrum metrum á undan ríkisstjóranum og mönnunum. Heimurinn í kringum hana virtist óskýrast þegar hesturinn hreyfðist hraðar, hófar hans slógu jörðina með taktfastri nákvæmni. Því lengra sem þeir gengu, því meira fann Rosemary fyrir óútskýranlegum toga, eins og eitthvað væri að leiða þá áfram, ýta þeim í átt að óþekktum áfangastað.

Skyndilega jókst hraði hestsins, hraði hans varð næstum yfirnáttúrulegur. Áður en Rosemary gat brugðist við, hafnaði skepnan út af stígnum og stökk á svo hraða að það var eins og vindurinn sjálfur hefði náð tökum á þeim. Rosemary greip fastar í taumana, en hesturinn virtist hafa fulla stjórn á sér og fór með þá lengra inn í skóginn á ógnarhraða. Henni til undrunar fann hún þó ekki fyrir þeim venjulegu skelfingu sem fylgdi svo hröðum ferð. Reyndar fann hún ekki fyrir þreytu eða andnauð. Hesturinn virtist hreyfa sig án fyrirhafnar, eins og hann væri stýrður af óséðum krafti.

Eftir það sem virtist vera heil eilífð stöðvaðist hesturinn loks undir tjaldhimnu stórrar eikar djúpt í skóginum. Rosemary var ekki hrædd, þó hún væri hrist. Hún steig hægt af baki, hugsanir hennar voru ringulreið. Hvað hafði bara gerst? Skógurinn í kringum hana var einkennilega þögull, loftið þungt af ósögðri nærveru.

Hún stóð þarna um stund og reyndi að átta sig á því sem hafði gerst.

Allt í einu birtist ljómandi ljósglampi fyrir henni og mjúk, hljómmikil rödd fyllti loftið. Röddin kallaði nafn hennar — skýr, ljúf og músíkalsk, eins og hún svífi á golunni.

"Rosemary... Rosemary..." söng röddin og bergmálaði í gegnum trén.

Rosemary, skelfd, leit í kringum sig og reyndi að finna uppruna raddarinnar. "Hver er þetta?" kallaði hún og hjartað sló í gegn. "Hvað er í gangi? Hvað viltu mér?"

Röddin svaraði, róandi og róleg. "Sjóhesturinn er þinn, Rosemary. Þú ert réttmætur eigandi hans, svo lengi sem þér er ætlað að vera vegsamaður á eyju friðarins. Ekki óttast. Hafðu hann hjá þér, því hann mun fara þegar verkefni þínu er lokið."

Rosemary stóð hreyfingarlaus og barðist við að vinna úr orðunum. "Hvaða verkefni?" spurði hún og röddin skalf af óvissu.

"Perlukassinn sem þú tókst af hestinum er tákn um loforð," útskýrði röddin. "Loforð sem mun færa íbúum friðareyjunnar dýrð og auð. En varist. Norn myrkra skóga leitast við að stela því frá þér og hún hefur fengið aðstoð Sir Gray Winkle, sem er boðið til ball í kvöld. Þú verður að taka kassann og festa hann í Klettakastala föður þíns, innan um sígræna skóginn þar sem þú bjóst einu sinni með móður þinni."

Röddin þagnaði og bætti svo við: "Þú verður að gera þetta einn. Ekki stíga út af stígnum fyrr en þú nærð kastalanum. Ef þú gerir það muntu glatast að eilífu.

Perlukassinn mun vernda þig, en aðeins ef þú treystir honum. Ekki fela það neinum öðrum."

Röddin var að dofna núna, lokaorð hennar lágu í loftinu eins og blessun. "Hjálp mun koma til þín, Rosemary. Og með tímanum munt þú finna sanna ást þína. Megi árangur verða þinn. Guð veri með þér."

Við það hvarf ljósið og röddin þagnaði. Rosemary stóð í rólegum skóginum, hjartað sló í brjósti hennar. Hún leit í kringum sig og var enn að vinna úr hinum ótrúlegu kynnum.

Allt í einu skolaðist brýnt yfir hana. Hún þurfti að fara aftur til Sjávarkastalans áður en það var of seint.

Hún sneri sér við og flýtti sér til baka eftir stígnum, hugsanir hennar hröðuðust. Um leið og hún birtist aftur á slóðinni sá hún ráðskonu sína og menn sem leituðu í örvæntingu að henni. Léttir þeirra var áþreifanlegur þegar þeir komu auga á hana og þeir féllu fljótt í röð fyrir aftan hana þegar hún lagði leið sína til baka til Sjávarkastalans. Ríkisstjórinn, þó hún sé sýnilega skjálfandi, var mjög ánægð að sjá Rosemary ómeidda.

Þegar þeir lögðu leið sína aftur í kastalann gat Rosemary ekki annað en velt því fyrir sér: hvað hafði gerst? Hvert var verkefnið sem hún hafði verið valin í? Og síðast en ekki síst - hver var röddin sem hafði talað við hana í skóginum?

Eitt var víst: líf hennar hafði breyst að eilífu. Og ný ferð var bara rétt hafin.

Kafli 4: A Rush to the Rock Castle

Þegar kvöldverðarbjallan hringdi um sali Sjávarkastalans, gekk Rosemary hljóðlega inn, en hugsanir hennar voru langt frá kvöldmáltíðinni. Með tilfinningu fyrir því að hún var brýn ók hún framhjá stóra borðstofunni og lagði leið sína beint í einkaherbergið sitt. Loftið var þungt af þunga ákvörðunar hennar og hvert skref sem hún tók var eins og skref í átt að óvissum örlögum.

Þegar Rosemary var komið inn í herbergið sitt, sóaði hún engum tíma. Hún gekk beint að kistunni sem sat við rætur rúmsins hennar, þar sem hún hafði falið perluboxið. Með fínlegum höndum opnaði hún kistuna og náði í kassann. Hún vöggaði það varlega, eins og það væri það dýrmætasta í heimi. Svalt yfirborð þess fannst hughreystandi við húð hennar, en þyngd mikilvægi þess var miklu meira aðkallandi. Eftir nokkurra augnablik af hik stakk hún öskjunni í djúpa vasann á kápunni sinni til að ganga úr skugga um að hann væri öruggur.

Hugur hennar flýtti sér þegar hún stóð við dyrnar, augun flöktu út á ganginn fyrir utan. Hjarta hennar sló, blanda af ótta og ákveðni settist að í brjósti hennar. Hún hafði fengið verkefni – mikilvægt verkefni – og nú var ekki aftur snúið.

En áður en hún fór út, hætti Rosemary. Hún sneri sér aftur í átt að herberginu, í átt að fallega krossinum sem hékk á veggnum. Hún féll á hnén, lokaði augunum og baðst fyrir. Orðin féllu af vörum hennar af ákafa sem samsvaraði spennunni í hjarta hennar.

„Vinsamlegast, Guð," hvíslaði hún og röddin skalf lítillega. „Ef þetta er ekki vilji þinn, stöðvaðu mig. En ef það er, gefðu mér styrk til að sjá það í gegn. Verndaðu mig og verndaðu fólkið á eyjunni friðar." Orð hennar voru einföld, en þau báru þunga heimsins. Hún bað um leiðsögn, um skýrleika og um hugrekki til að takast á við hvað sem væri framundan.

Þegar hún hafði lokið sér af stóð hún upp, ásetning hennar storknaði. Hún dró djúpt andann, þurrkaði af sér hinar langvarandi efasemdir og gekk í átt að dyrunum.

Þegar hún steig inn á ganginn birtist ráðskona hennar handan við hornið. Hún hafði beðið spennt og andlit hennar sýndi strax áhyggjur.

— Er allt í lagi, frú mín? spurði ríkisstjórinn og horfði vel á Rosemary.

Rosemary þvingaði fram bros og hyldi óvissuna sem yljaði innra með henni. "Já, allt er í lagi. Ég þarf bara að sinna einhverju mikilvægu, en ég kem fljótlega aftur. Ég lofa því."

Ríkisstjórinn lyfti augabrúninni en sagði ekkert meira. Rosemary vissi að hún yrði að halda uppi framhliðinni, halda áfram eins og ekkert hefði breyst.

Áður en hún gat farið framhjá ráðskonunni, kallaði rödd föður hennar til hennar úr hinum enda salarins. "Rosemary, hvert ertu að fara svona seint um kvöldið?" Tónn hans var hlýr, en augu hans ljómuðu af áhyggjum.

Án þess að missa af takti sneri Rosemary sér að honum. „Ég er á leið til Klettakastalans, faðir. Það er eitthvað sem ég verð að taka eftir."

Auga Geralds hryggðist af rugli. „En þú hefur ekki borðað síðan í dögun, elskan mín. Þú hlýtur að vera svangur eftir svona langan ferð."

„Ég mun hafa það gott, faðir," sagði Rosemary með sinni ljúfu, lagrænu rödd. „Ég kem aftur fyrir boltann seinna. Ekki hafa áhyggjur af mér." Hún brosti ástúðlega, brosi sem hélt sömu hlýju og þokka sem alltaf var. Síðan sneri hún sér á hæl og gekk rösklega í átt að dyrunum með tignarlegum hneigð.

Faðir hennar horfði á hana um stund, áhyggjur hans enn áþreifanlegar, en hann spurði hana ekki frekar. Hann treysti dóttur sinni óbeint og leyfði henni að fara.

Þegar Rosemary lagði leið sína niður ganginn og út úr kastalanum, reyndu menn föður hennar að fylgja henni, áhyggjufullir um einmanaferð hennar. Hins vegar stöðvaði hún þá, rödd hennar ákveðin en blíð. „Það þarf ekki að fara með mér. Ég verð að gera þetta einn."

Þeir hikuðu en virtu að lokum óskir hennar, þó þeir héldu áfram að fylgjast með úr fjarlægð. Þeir voru ekki í takt við hraða hennar og fljótlega var hún horfin úr augsýn, hjólaði hraðar en þeir gátu ráðið við.

Aftur inni í kastalanum stóð Gerald við gluggann og starði út í nóttina. Hugur hans var órólegur, óróleikahnútur myndaðist í brjósti hans. Hann hafði sent menn til að fylgja Rosemary, en þeir voru komnir aftur án hennar. Þeir gátu ekki fylgst með henni á hestbaki og það truflaði hann mjög.

Í hjarta sínu vissi Gerald að eitthvað var öðruvísi við þessa ferð. Rosemary var ekki bara að fara í Klettakastalann eins og hún hafði haldið fram. Hún hljóp í átt að einhverju — einhverju óþekktu, en samt óneitanlega brýnt.

Með þungu hjarta sendi hann menn sína á undan til Klettakastalans til að bíða eftir að hún kæmi aftur. Það var lítið sem hann gat gert nema bíða og biðja um örugga heimkomu hennar.

Kafli 5: The Witch of the Dark Woods

Á meðan, djúpt inni í myrkra skóginum, stóð Norn skóganna hnípuð yfir kristalskúlunni sinni, augun föst á myndinni sem birtist fyrir framan hana. Hún grenjaði, rödd hennar bergmálaði í gegnum trén eins og fjarlægur stormur.

„Æ, keppinautur minn,“ sagði hún og rödd hennar drýpur af illsku þegar hún sá Rosemary hjóla hratt um nóttina. Perlukassinn, glóandi mjúklega í skikkju Rosemary, vakti athygli hennar og bros nornarinnar breikkaði.

„Bráðin mín,“ hvæsti hún, rödd hennar var hlaðin kaldhæðni. "Heldurðu að þú getir hindrað mig? Ég skal láta þig hlaupa brjálæðislega á milli kastala þinna, á meðan Sir Winkle leitar að þér til einskis."

Hún hló grimmt, rödd hennar var þrumandi öskur sem hristi jörðina undir henni. "Þegar kassinn er minn, mun ég stjórna eyju friðarins! Fólk hennar mun vera þrælar mínir og skepnur hennar, veisla mín. Þessi eyja, með töfrandi auðæfum sínum, skal vera mín!"

Hlátur nornarinnar fyllti loftið og dró úr skóghljóðunum, eins og skógurinn sjálfur nötraði yfir vondum fyrirætlunum hennar.

Augu hennar ljómuðu af reiði þegar hún horfði á Rosemary hjóla ein, ómeðvituð um hætturnar sem steðjuðu að henni. "Þú ert bara ormur undir fótum mínum," sagði nornin hláturmildi, "sem bráðum verður mulinn undir þunga máttar míns."

Hún hallaði sér nær kristalskúlunni, fingurnir krulluðu af eftirvæntingu. Allt var að falla á sinn stað. Perlukassinn yrði brátt hennar, og þar með lykillinn að yfirráðum hennar yfir Friðareyjunni.

Þegar Rosemary flýtti sér í átt að örlögum sínum, brunnu augu nornarinnar af heift. Áætlanir hennar myndu ekki bregðast. Ekki í þetta skiptið.

6. KAFLI: LOST IN THE WILDS

Rosemary stökk í gegnum skóginn í átt að Klettakastalanum, í aðeins nokkurra kílómetra fjarlægð frá sjónum. Leiðin sem hún fór var henni kunn — gamall, hlykkjóttur vegur sem skar í gegnum hjarta skógarins og lá að kastalanum. Þegar hún hjólaði gat hún ekki annað en dáðst að ósnortinni fegurð skógarins, hávaxin tré hans og þykkt laufblað sem sveiflaði í svalandi andblæ. Þetta var sjón sem hún hafði séð ótal sinnum, en í dag virtist hún líflegri, lifandi. Frelsistilfinningin sem það gaf henni var miklu meira spennandi en útsýnið frá þjálfara hennar, sem fannst eins og búr í samanburði.

En í miðri dásemd sinni gleymdi hún leiðbeiningunum sem hún hafði fengið. Glampi hreyfingar greip auga hennar - sléttur, hvítur héri sem lá þokkafullur yfir stíginn. Án þess að hugsa sig um, hvatti hún hestinn til að stöðvast, hugur hennar fullur af þeirri hugmynd að elta hann. Fyrir henni var veiðin leið til að smakka ljúfleika frelsisins, gleðina yfir því að vera óheft, án konunglegra skyldna til að íþyngja henni.

Hún hvatti hestinn áfram, stökk af baki til að hlaupa á eftir héranum, hjartað sló af spenningi. Hún hafði alltaf litið á sjálfa sig sem frjálsan anda, einhver ósnortin af hömlum göfugrar fæðingar sinnar. En lítið vissi hún, þessi hvatvísa ákvörðun myndi brátt leiða hana í hættu, gildru sem öfl settu miklu dekkri en hún hefði getað ímyndað sér.

Eftirförin stóð aðeins í örfá augnablik áður en hérinn skaust inn í kjarrið og hvarf sjónum hennar. Rosemary stöðvaðist í sporum hennar, andlaus og í augnabliki. Hún leit í kringum sig og reyndi að ná áttum aftur. Vegurinn sem hún hafði fylgt var nú orðinn erfiður að rekja, hulinn af þéttum undirgróðri og beygðum vínviðum. Það var undarlegt — hún hafði aldrei áður tekið svona langan tíma að ná kastalanum. Skógurinn, sem einu sinni var kunnuglegur, fannst hann nú víðáttumikill og forboðinn.

Hjarta hennar sökk þegar hún áttaði sig á því að hún hafði villst af leið. Hún var nú djúpt inni í skóginum, langt frá bæði Klettakastalanum og Sjávarkastalanum. Sólsetur var að nálgast og hún vissi að það var engin leið að hún gæti komist á annan hvorn stað fyrir myrkur. Örvæntingin byrjaði að klóra í hana þar sem hún stóð hjálparvana, óviss um í hvaða átt hún ætti að taka. Brjóst hennar þéttist af kvíða þegar hún fór að gráta, bað í örvæntingu um leiðsögn, um einhver merki til að vísa henni veginn.

Rétt um leið og hún hafði gefið upp vonina barst lágt, gnýr hljóð til eyrna hennar. Þetta var hundahljóð — veiðihundar, og þeir komu nær með hverri sekúndu sem leið. Hjarta hennar stökk upp í hálsinn á henni og skelfing barst um æðar hennar. Hundarnir voru aðeins nokkra metra í burtu núna, nöldur þeirra og urr urðu háværari. Hún heyrði smellið í kjálkum þeirra, svöng og grimm. Rosemary öskraði á hjálp, rödd hennar skalf af skelfingu.

Kafli 7: The Stranger's Aid

Hundarnir voru næstum á henni þegar hún lokaði augunum og studdist við hið óumflýjanlega. En um leið og hún fann fyrsta hræðsluna, heyrði hún eitthvað sem fékk hana til að opna augun í vantrú. Rödd – sterk, róleg og skipandi – talaði út úr myrkrinu.

"Vertu aftur!" röddin skipaði.

Og þarna, sem stóð hátt á milli Rosemary og hundanna sem nálgast, var ungur maður með sverðið hátt hátt. Hann var stríðsmaður og með hverri kröftugri sveiflu blaðsins sló hann ótta í hundaflokkinn. Hundarnir, þótt grimmir, krumpuðu fyrir mætti hans. Þeir reyndu að stökkva, en hann mætti hverjum og einum með snöggum, nákvæmum hreyfingum.

"Farið til baka, dýr!" hrópaði hann, og með síðustu sverði sínu flúði hundaflokkurinn og hörfaði inn í skóginn.

Rosemary, stóreygð og skjálfandi, horfði agndofa þegar ungi maðurinn sendi hundana af ótrúlegri kunnáttu. Spennan í líkama hennar fór hægt og rólega að minnka þegar hún áttaði sig á að hún væri ekki lengur í bráðri hættu. Hún andaði léttar og tók skref fram á við, röddin fylltist þakklæti.

„Þakka þér fyrir," sagði hún lágt og röddin brakaði. "Ég veit ekki hvað hefði gerst ef þú hefðir ekki komið."

Ungi maðurinn sneri sér að henni, andlit hans vingjarnlegt en með rólegum krafti. Hann brosti henni blíðlega, sem virtist létta hana þrátt fyrir aðstæðurnar.

„Það er ekkert,“ svaraði hann hógværlega. "Ég heyrði grátið þitt og ég gat ekki staðið hjá. Þú ert öruggur núna."

Rosemary fann fyrir undarlegri aðdáun á honum. Hann var ólíkur nokkrum manni sem hún hafði nokkru sinni séð. Hann var hávaxinn og herðabreiður og var eins og einhver sem hafði verið þjálfaður í bardagalistum. En það var mýkt í augum hans, góðvild sem vék að ytra útliti kappans hans. Hann var í einu orði sagt myndarlegur - miklu meira en nokkur aðalsmaður sem hún hafði nokkurn tíma kynnst.

„Ég er Ferdinand,“ kynnti hann sig, rödd hans hlý og einlæg. „Ég kom á eftir lambinu mínu, og þegar ég heyrði þig kalla á hjálp, gat ég ekki látið þig horfast í augu við þessa hunda einn.

Rosemary, enn dauðhrædd eftir fundinn, blikkaði undrandi. "Ferdinand? Ég er Rosemary," sagði hún og rödd hennar varð stöðug. "Ég... ég hljóp á eftir héra og villtist af leið. Og svo komu hundarnir... þeir sóttu mig. Ég hélt aldrei að nokkur kæmi til að hjálpa."

Augu Ferdinands milduðust af samúð þegar hann horfði á hana. „Ég er ánægður með að ég kom þegar ég kom,“ sagði hann. "Það virðist sem Guð hafi sent mig hingað af ástæðu."

Rosemary kinkaði kolli, hjarta hennar þrútnaði af þakklæti. „Þetta hlýtur að hafa verið guðleg afskipti,“ hvíslaði hún.

Ferdinand brosti aftur, augnaráð hans lá á henni augnablik lengur en nauðsynlegt var. „Enginn ætti að vera einn í skóginum á nóttunni," sagði hann. "Leyfðu mér að hjálpa þér að finna leiðina til baka."

Þau lögðu af stað saman og gengu í áttina að þorpinu. Ferðalagið var rólegt, aðeins hljóðið úr fótatakinu og einstaka látum í trjánum. Rosemary fann fyrir undarlegri huggun í návist sinni. Það var eitthvað við hann - eitthvað hughreystandi - sem lét hana finna fyrir öryggi þrátt fyrir aðstæðurnar. Hún fann að hún leit á hann oftar en einu sinni og dáðist að sterkri en þó mildri framkomu hans.

Þegar þeir gengu, gengu þeir fram hjá lítilli tjörn, vötn hennar glitra undir dvínandi dagsbirtu. Yfirborðið var doppað af líflegum vatnaliljum, blöðin þeirra voru ljómandi bleikur litur. Rosemary nam staðar, heilluð af sjóninni.

"Sjáðu," sagði hún og benti á liljurnar. "Þau eru svo falleg."

Ferdinand leit yfir á tjörnina og svo aftur á hana. "Viltu fá?" spurði hann og lyfti augabrúninni.

Rosemary kinkaði kolli ákaft. "Ég myndi elska suma."

En þegar hún færði sig í átt að vatninu kom í ljós að hún þyrfti að vaða inn í grunninn til að ná liljunum. Ferdinand, alltaf heiðursmaðurinn, lagði fljótt lambið sitt frá sér og hreyfði sig til að stöðva hana.

„Nei, ungfrú," sagði hann hlæjandi. "Ég skal fá þá fyrir þig."

Rosemary brosti, snortin af góðvild hans. „Þú ert of góður, Ferdinand," sagði hún lágt. "En ég get sótt þær sjálfur."

„Nei," krafðist hann, rödd hans fjörug. "Ég krefst þess. Þú ættir ekki að þurfa að blotna fæturna."

Þar með lét Ferdinand vaða út í tjörnina og safnaði liljunum vandlega fyrir hana. Rosemary horfði á hann og hjarta hennar sló. Hún hafði aldrei hitt neinn eins og hann áður og eitt augnablik leið eins og þau hefðu þekkst í mörg ár.

Þegar hann kom til baka með liljurnar tók Rosemary þær úr höndum hans og fingur hennar straust að honum í stutta stund. Augu þeirra mættust og í augnabliki virtist heimurinn í kringum þá hverfa.

„Þakka þér fyrir," sagði hún, rödd hennar mjúk en fyllt af hlýju. "Þú hefur verið svo góður. Ég veit ekki hvernig ég á að endurgreiða þér."

Ferdinand brosti, augu hans fylltust rólegu sjálfstrausti. „Það er engin þörf á að endurgreiða mér," sagði hann einfaldlega. „Ég er bara feginn að ég gat hjálpað."

Saman héldu þau áfram göngu sinni um skóginn, tengslin milli þeirra jukust með hverju skrefi. Hvorugt þeirra hefði getað vitað það, en þetta var upphafið að einhverju miklu stærra – einhverju sem myndi breyta lífi þeirra að eilífu.

8. KAFLI: ÓSÉÐ BÖND ÁSTARINNAR

Fóturinn á Rosemary rann til þegar hún steig of nærri tjörninni og á augabragði sópaðist hún burt, líkami hennar steyptist í kalda vatnið. Áfallið af því kom strax og hún andaði af skelfingu þegar hún barðist við að halda sér á floti. Ferdinand, sem hafði gengið á eftir, hljóp fram á við með miklum hraða og greip um hendur hennar rétt í tæka tíð. Hann dró hana upp úr vatninu og dró hana aftur á fasta jörð í snörri hreyfingu. Aðeins höfuð hennar og hendur höfðu verið sýnilegar fyrir ofan yfirborðið, en það var nóg til að láta hjarta hans hlaupa af áhyggjum.

"Ég hefði fengið þær fyrir þig," sagði Ferdinand, rödd hans var blanda af létti og gremju. "En þú myndir ekki hlusta."

Rosemary, hjarta hennar sló enn af næstum drukknunarupplifuninni, áttaði sig á því hversu mikið Ferdinand þótti vænt um hana. Hún hafði séð skelfinguna í augum hans þegar hann teygði sig til hennar og það fyllti hana yfirþyrmandi þakklætistilfinningu. Hún þakkaði honum aftur fyrir að hafa bjargað lífi sínu, rödd hennar skalf lítillega þegar hún talaði.

En svo gerðist eitthvað skrítið. Ferdinand þagði með vantrúarsvip yfir andlit hans þegar hann horfði í kringum þau. „Ég trúi ekki mínum eigin augum..." muldraði hann, rödd hans var lituð af lotningu og rugli.

Rosemary fylgdi augnaráði hans og hjarta hennar sleppti takti. Tjörnin, sem hafði fyrir örfáum augnablikum verið friðsælt vatn, var horfið. Í stað þess var ekkert nema veltandi hagar og runnar, eins og tjörnin hefði aldrei verið til.

"Hvað er þetta?" hvíslaði Ferdinand, og augabrún hans tróðst af rugli.

Rosemary var líka agndofa. Hún hafði enga skýringu, en vanlíðan sem settist í brjóst hennar var áþreifanleg. Hún vissi ekki hver eða hvað gæti verið ábyrgur fyrir svo undarlegu fyrirbæri, en það virtist ljóst að þeir voru lentir í einhverju langt umfram skilning þeirra.

„Ég treysti þér," sagði Ferdinand og augnaráð hans lá við hennar. "En þetta... þetta er ójarðneskt. Hver myndi reyna að skaða einhvern jafn vingjarnlegan og saklausan og þú?"

Rosemary fannst bæði hughreystandi og óróleg við orð hans, dró djúpt andann og byrjaði að segja honum sögu sína. Hún útskýrði hver hún væri og hvað hefði leitt hana til þessarar undarlegu kynnis í skóginum. Ferdinand hlustaði af athygli, svip hans var blanda af vantrú og umhyggju. Þegar hún var búin hristi hann höfuðið undrandi.

"Sir Gerald Evans," sagði hann hugsi, "er þekktur fyrir góðvild sína og heiður. Það er heiður að hjálpa dóttur sinni. Og ef þú leyfir mér mun ég halda áfram að vernda þig. Ég mun standa við hlið þína í gegnum þetta verkefni þitt."

Rosemary varð snortinn af orðum hans og hún trúði því varla að algjör ókunnugur maður myndi veita slíka tryggð og vernd. Það leið eins og draumur, sem var næstum of dásamlegur til að vera sannur.

"Það er mér ánægja," svaraði hún, rödd hennar mjúk og dreymandi, eins og hún svífi á lofti.

Ferdinand brosti, greinilega ánægður með viðbrögð hennar. Og í fyrsta skipti í langan tíma leyfði Rosemary sér að vera virkilega hamingjusöm. Svo virtist sem örlagaböndin væru þegar farin að flétta saman sögu þeirra, sem þeir voru báðir máttlausir til að standast.

Þeir hreyfðu sig hratt í gegnum skóginn, fúsir til að skilja eftir leyndardóminn og hættuna sem virtist leynast í hverri beygju. Ferdinand, alltaf verndari, mótaði fallegan krans af villtum blómum og kórónu úr glæsilegustu blómum dalsins. Hann setti kransann í hárið á Rosemary og hún tók við gjöfinni með brosi sem virtist lýsa upp allan skóginn.

Þeir héldu áfram ferð sinni og brátt komu þeir að hópi hirða sem leiddi hjörð sína í átt að þorpinu. Hirðarnir, sem sáu Ferdinand með fallegu ungu frúnni, byrjuðu strax að syngja lög til lofs um ást sína. Laglínurnar voru einfaldar en fullar af gleði og lögin virtust lyfta andanum bæði Ferdinand og Rosemary. Þau hjón gengu hönd í hönd, hjörtu þeirra ljós með von um framtíð sem hvorugt hafði búist við en bæði þráði nú.

Þegar þau komu inn í þorpið var andrúmsloftið einstakt af hlýju og samfélagi. Þorpsbúar tóku brosandi á móti Ferdinand og Rosemary og það var fagnaðartilfinning í loftinu, eins og beðið hefði verið eftir sameiningu þessara tveggja hjörtu í mörg ár. Söngvar hirðanna ómuðu um þorpið og jók enn á töfra augnabliksins.

Þegar þau komu að bænum tóku á móti þeim tvö ung börn - frænka Ferdinands og frænda, Edward og Annie. Börnin, full af orku og spennu, hlupu að Ferdinand, ákaft eftir að hitta ástkæran frænda. Rosemary, enn dauðhögguð af atburðum dagsins, horfði brosandi á börnin þegar faðmaði Ferdinand opnum örmum.

Ferdinand sneri sér að Oswald bróður sínum og konu hans til að útskýra hvað hefði gerst. Hann sagði þeim frá hættunni sem hafði ógnað Rosemary, hvernig hann hefði fundið hana í skóginum og bjargað henni frá hundunum. Hann talaði um dularfullt hvarf tjörnarinnar og undarlegu öflin að verki. Oswald og eiginkona hans voru ánægð að hitta Rosemary og tóku á móti henni með opnum örmum.

„Þakka þér fyrir allt," sagði Rosemary, hjarta hennar fullt af þakklæti. "Ég veit ekki hvernig ég hefði komist í gegnum þetta án þín."

Ferdinand, alltaf auðmjúkur, veifaði þakklæti sínu til hliðar. „Þetta var ekkert," sagði hann og brosið hlýtt. "En ég lofaði föður þínum að halda þér öruggum. Og ég ætla að gera það."

Með endanlega hughreystingu kvaddi Ferdinand fjölskyldu sína og lagði af stað til Sjávarkastalans, staðráðinn í að láta Evans vita að dóttir þeirra væri heil og heil. Ferðin var löng, en hjarta hans var létt, vitandi að Rosemary var í góðum höndum með fjölskyldu sinni.

Á meðan, aftur í Sjávarkastalanum, voru Sir Gerald og Lady Evans í djúpi örvæntingar. Ballið, sem átti að vera hátíð, hafði breyst í nótt áhyggju og angistar. Sir Gerald gat varla haldið aftur af kvíða sínum, allar hugsanir hans tæmdust við hvarf dóttur hans. Hann gekk gangandi um salina, hugur hans keyrði af möguleikum á því sem hefði getað gerst um hana.

„Hún hlýtur að hafa gist í kastalanum," sagði Lady Evans og reyndi að hugga eiginmann sinn. "Hún er líklega bara þreytt eftir langa ferðina."

En innst inni vissi hún að eitthvað var hræðilega að. Embættiskonan fylltist líka hræðslu, þó að hún héldi grunsemdum sínum fyrir sjálfa sig, óttaslegin um að auka á vaxandi áhyggjur. Hún hafði velt því fyrir sér upphátt hvort það hefði verið villtur hestur sem hefði kastað Rosemary, en hún hélt þessum hugsunum huldum og vildi ekki trufla fjölskylduna frekar.

Þegar leið á nóttina varð Sir Gerald æ eirðarlausari. Hann hafði engan frið, enga huggun, þar sem hugsanir um öryggi dóttur hans hrjáðu hann. Hann hafði sent menn til að leita að henni, en þeir voru komnir tómhentir til baka. Húsráðandinn í Klettakastalanum neitaði að hafa séð Rosemary og ruglið varð aðeins dýpkandi.

Klukkustundirnar teygðust áfram, hvert augnablik var lengur en það síðasta. Sir Gerald dreymdi martraðir, líflega og óhugnanlega drauma um að dóttir hans væri í hættu – villt dýr réðust á hana, ókunnugum rænt eða þaðan af verra. Hann gat ekki vikið frá óttanum sem settist að í brjósti hans og svefninn fór alveg framhjá honum.

Lady Evans var líka á öndinni. Hún eyddi nóttinni í bæn um að Rosemary kæmi öruggri heimkomu, hugsanir hennar fullar af áhyggjum fyrir dóttur sína. Landstjórinn gekk til liðs við hana í bæn, báðar í von um að ástkæra Rosemary kæmi heim fljótlega.

Kafli 9: A Place of Comfort

Rosemary hafði aldrei upplifað tilfinningu fyrir hlýju og öryggi eins og hún gerði í hógværum sveitabæ fjölskyldu Ferdinands. Andrúmsloftið var einfalt, en samt var það meira eins og heima en kaldir, glæsilegir veggir konungskastalans hennar nokkru sinni. Það var ekki bara líkamleg þægindi sem sefðu hana, heldur góðvild og einlæg umönnun sem hún fékk frá fólkinu í kringum hana. Um kvöldið deildi Rosemary hóflegri en samt dýrindis máltíð með fjölskyldu Ferdinands og snæddi hvern bita. Það var fjarri stórkostlegum veislum lífs hennar í kastalanum, en það fyllti hjarta hennar á þann hátt að þessir konunglegu eftirlátssölur gátu aldrei.

Hér í hógværa bænum fannst henni hún frelsuð. Það voru engar strangar reglur um hvernig ætti að haga sér, engar væntingar um skraut, engin þörf á að sitja uppréttur eða tala í vandlega yfirveguðum tón. Í staðinn gat hún slakað á og verið hún sjálf. Það var engin þörf á tilgerð eða þvinguðum glæsileika. Hún hafði frelsi til að hlæja, borða og spjalla eins og hver önnur kona.

Ferdinand, ungi maðurinn sem hafði bjargað lífi hennar, var allt sem hún hafði ímyndað sér að dyggður maður væri. Tuttugu og fjögurra ára var hann þegar orðinn aðdáunarmaður, þekktur fyrir hugrekki, þokka og gáfur. Útlit hans var eins og riddara í skínandi herklæðum, ekki bara í útliti heldur líka í hjarta. Hann var maður af mikilli menntun, lá á latínu, grísku, frönsku og ensku. Hann bar sig af náð og auðmýkt, sem gerði hann elskaðan af öllum sem þekktu hann.

Ferdinand var líka maður sem einkenndist af erfiðleikum. Eftir að hafa misst báða foreldra sína var hann alinn upp af eldri bróður sínum Oswald og konu hans, sem komu fram við hann sem eitt af þeirra eigin börnum. Tengslin milli Ferdinand og ættleiðingarfjölskyldu hans voru ást og gagnkvæm virðing. Það var augljóst að hann hafði lært af þeim hina raunverulegu merkingu góðvildar og örlætis, eiginleika sem gerðu hann enn eftirsóknarverðari í augum Rosemary.

Þar sem hún lá í mjúku rúminu sem hafði verið útbúið sérstaklega fyrir hana, hugsaði Rosemary um einfaldleikann í lífi sínu í bænum. „Hversu skrítið það er,“ hugsaði hún, „að finna slíka hamingju í lífi sem er svo fjarlægt því sem ég þekkti. Líf hennar sem konungskona hafði verið fullt af lúxus, en það hafði líka verið fullt af þvingunum. Hér í blíðunni í bænum gat hún andað frjálslega. Í fyrsta skipti leið henni eins og alvöru manneskja frekar en líkneski.

Herbergið var rólegt fyrir utan mjúk næturhljóð og einstaka brak úr eldinum. Rosemary lokaði augunum, fyllt þakklæti fyrir þá vernd sem hún hafði fengið. Hún þakkaði Guði fyrir að leiðbeina henni á þennan stað, fyrir að bjarga lífi hennar og koma henni til fjölskyldu sem hafði sýnt henni slíka góðvild. Hugur hennar sneri sér að Ferdinand. Því meira sem hún hugsaði um hann, því betur áttaði hún sig á því hversu mikils virði hann var fyrir hana. Hún vissi án efa að henni hafði aldrei liðið eins lifandi og hún gerði í návist hans.

Hugur hennar reikaði, fullur af hugsunum um ást, þakklæti og von. Þegar hún svaf að sofa hvíslaði hún bæn um velferð hinnar góðu fjölskyldu sem hafði opnað hjörtu sín og heimili fyrir henni. Í draumum sínum sá hún andlit Ferdinands, blíð augu hans og vingjarnlega bros, og hún fann yfirþyrmandi friðartilfinningu skolast yfir sig.

Kafli 10: Vonarglampi

Tunglið var hátt á lofti þegar Ferdinand kom loksins að Sjávarkastalanum og bar með sér langþráðar fréttir af öryggi Rosemary. Klukkan var rúmlega ellefu þegar hann gekk inn í stóra salinn og andrúmsloftið í kastalanum var þungt af kvíða. Sir Gerald og Lady Evans höfðu verið á öndverðum meiði alla nóttina, áhyggjur þeirra jukust með hverri klukkustund sem leið. En um leið og þau fréttu að dóttir þeirra væri heil á húfi lýstu andlit þeirra af létti.

Ferdinand útskýrði hvernig Rosemary hefði verið bjargað úr hundaflokknum og væri nú að jafna sig í þægindum í bænum fjölskyldu sinnar. Hann flutti líka skilaboðin hennar - að hún væri of þreytt og veik til að ferðast til baka um nóttina, en hún myndi snúa heim daginn eftir.

Sir Gerald og Lady Evans voru mjög ánægð með fréttirnar. Þau höfðu beðið um að dóttir þeirra kæmi heim á öruggan hátt og bænum þeirra hafði verið svarað. Ráðskonan grét líka, þakklát yfir því að unga konan sem hún hafði séð um sem sína eigin hefði verið forðað frá skaða.

Sir Gerald færði Ferdinand í þakklætisskyni stórkostlegt sverð, skreytt dýrmætum gimsteinum. Það var þakklætisvott fyrir hugrekki hans og göfugan hátt sem hann hafði verndað dóttur þeirra. Ferdinand, alltaf auðmjúkur, tók við gjöfinni með þakklæti. Sir Gerald var ánægður með að vita að Ferdinand var bróðir Oswalds - hinn sami Oswald sem var þekktur fyrir góðvild sína og örlæti í þorpinu. Oswald var líka ríkasti landeigandinn á svæðinu og það gladdi Sir Gerald að vita að bróðir slíks manns hefði verið sá sem bjargaði Rosemary.

Evans fjölskyldan krafðist þess að Ferdinand yrði um nóttina og bauð honum máltíð og gestrisni sem hann gat ekki hafnað. Þegar hann sat við borðið þeirra og naut hlýja matarins og félagsskaparins fann Ferdinand fyrir djúpri friðartilfinningu. Þrátt fyrir umrót undanfarna daga var ljóst að fjölskylda Rosemary var þakklát og góð og fannst hann heppinn að vera í félagsskap þeirra.

Yfir kvöldið gerði Sir Gerald áætlanir um að halda veglega veislu til heiðurs endurkomu dóttur sinnar. Ferdinand yrði að sjálfsögðu heiðursgestur, fagnað fyrir riddarafullar aðgerðir sínar og hlutverkið sem hann hafði gegnt í að bjarga ástkærri Rosemary þeirra. Ferdinand var hins vegar týndur í eigin hugsunum, hjarta hans þungt af vitneskju um leynilegt verkefni Rosemary.

Hann hafði lofað að vernda hana, en hann vissi að ferð hennar til Friðareyjunnar var háska. Leyndardómurinn í kringum verkefni hennar hafði truflað hann alveg síðan hann hafði frétt af því. Það virtist vera ómögulegt verkefni, sem myndi leiða hana út í hið óþekkta. En þrátt fyrir áhyggjur hans var Ferdinand ákveðinn. Hann myndi standa við hlið hennar í gegnum þetta allt og bjóða vernd sína og stuðning. Sama hversu undarlegt eða hættulegt verkefni hennar kann að virðast, hann var staðráðinn í að sjá það í gegn.

Þegar leið á kvöldið og Ferdinand var boðinn hvíldarstaður gat hann ekki vikið frá þeirri tilfinningu að þetta væri bara byrjunin á miklu stærra ævintýri - sem myndi reyna bæði hugrekki hans og ást hans á Rosemary. En það var sama hvaða áskoranir voru framundan, hann vissi að hann var tilbúinn að takast á við þær. Fyrir Rosemary myndi hann fara hvert sem er, gera hvað sem er. Hann var bundinn henni, ekki bara af loforðinu sem hann hafði gefið, heldur af djúpu og óumdeilanlega tengslum sem þau deildu.

Nóttin í Sjávarkastalanum var með blendnum tilfinningum. Á meðan Evans-fjölskyldan gladdist yfir endurkomu dóttur sinnar lá Ferdinand andvaka, órótt vegna óþekktrar ferðar sem framundan var. Verkefni Rosemary, þó að það væri hulið dulúð, var orðið miðpunktur hugsana hans. Hann hafði bjargað henni einu sinni, en hann vissi að leið hennar yrði ekki auðveld. Samt, hvaða áskoranir sem biðu, var hann staðráðinn í að takast á við þær, því að hann hafði áttað sig á einhverju djúpstæðu á þeim stutta tíma sem þau höfðu kynnst – hann elskaði Rosemary og hann myndi gera allt til að tryggja öryggi hennar og hamingju.

11. kafli: The Enchanting Melody

Rosemary stóð í hjarta hins stórbrotna garðs, staður sem virtist næstum annars veraldlegur í fegurð sinni. Þetta var garður eins og enginn annar, sprakk af framandi blómum af öllum litum og lögun sem hægt var að hugsa sér. Loftið var ilmandi af blómalykt og blómin sjálf virtust glóa með fyrsta dögunarljósinu. Daggardropar glitraði á blöðin þegar sólin klifraði hærra á himni og varpaði gylltum blæ yfir landslagið. Tvitandi fuglanna fyllti loftið, söngur þeirra jók enn á töfrandi staðarins. Þetta var vettvangur æðruleysis og sáttar, þar sem tíminn sjálfur virtist hægja á sér.

Þegar Rosemary gekk í gegnum garðinn reikaði hugur hennar og tók fegurð augnabliksins. „Þetta hlýtur að vera einn fallegasti staður jarðar," hugsaði hún og hjarta hennar þrútnaði af lotningu. Garðurinn var lifandi af litum og hljómi, hvert horn töfrandi en síðast. En þrátt fyrir fegurðina í kringum hana var hugsanir hennar bundnar við eitt: Ferdinand. Hún hafði beðið spennt eftir honum í von um að hann kæmi fljótlega til að halda áfram þeirri ferð sem þau höfðu lagt af stað saman.

Þegar hún gekk, vakti athygli hennar á söng lörkanna í fjarska. Ljúfar laglínur þeirra virtust lyfta anda hennar og áður en hún vissi af var hún að raula með þeim. Rödd hennar, mjúk og melódísk, bættist fljótlega í kór fuglasöngsins og fyllti loftið með heillandi hljóði. Hún sat við rólega tjörn í miðjum garðinum, umkringd álftum sem svifu tignarlega um vatnið. Tjörnin var rammd inn af gróskumiklum blómplöntum, litir þeirra jafn lifandi og morgunhimininninn. Rosemary, týnd í fegurð augnabliksins, byrjaði að syngja.

„Leyfðu mér að sjá augu þín,
Meðan ég er á lífi,
Leyfðu mér að endurskoða,
Áður en minningar mínar deyja.
Leyfðu mér að halda í handlegg þinn,
Og ganga um með sjarma…“

Rödd hennar flæddi áreynslulaust, eins og lagið hefði verið samið fyrir þetta augnablik. Fuglarnir virtust líka staldra við og hlusta, heillaðir af lagrænni rödd ungu konunnar. Garðurinn, lifandi með náttúruhljóðum, bergmálaði nú af draugalegri fegurð söngs Rosemary. Hún söng allan daginn, hjarta hennar fullt af þrá þegar hún beið eftir komu Ferdinand. En þegar sólin tók að setjast og varpaði löngum skugga yfir garðinn, varð henni óglatt. Kvöldhiminninn dýpkaði í ríkan appelsínugulan skugga og samt sást ekkert um hann.

Þegar myrkrið féll á og stjörnurnar fóru að blikna fyrir ofan, fór Rosemary aftur inn í herbergið sitt, en svefninn kom ekki. Hún snéri sér við, hugsanir hennar voru fullar af leyndardóminum um fjarveru Ferdinands. Hún gat ekki hvílt sig, reis upp úr rúmi sínu og lagði leið sína að glugganum og horfði út á tunglsljósan himininn. Hún lét hugsanir sínar reika aftur og áður en hún vissi af fór hún að syngja einu sinni enn.

„Leyfðu mér að sjá andlit þitt,
Áður en ég vakna,
Leyfðu mér að lifa drauminn minn,
Tunglbjartur himinninn bíður.
Ó, leyfðu mér að halda í handlegg þinn,
Áður en ég hætti við drauminn minn…“

Rödd hennar, mjúk og áleitin, virtist bera í gegnum kyrrt næturloftið, blandast hvísli vindsins. En þegar hún söng fór undarleg tilfinning yfir hana - ruglingstilfinning, eins og orðin sjálf væru ekki hennar eigin. Hún hætti, skyndilega meðvituð um að hún hafði ekki lengur stjórn á laginu. Það leið eins og vísurnar væru að koma úr öðrum heimi, tala um hluti sem hún gat ekki enn skilið. Rosemary spratt upp úr rúminu sínu og draumkennda ástandið splundraðist í kringum hana. Það var þá sem hún áttaði sig á því að þetta hafði allt verið draumur - kannski sýn, en ekki raunveruleg.

Þegar dögun tók að renna upp, fyrstu ljósgeislarnir læddust inn í herbergið hennar, fann Rosemary sjálfa sig glaðvakandi. Hún fann ekki fyrir löngun til að sofa lengur, hugurinn fylltist enn af undarlega söngnum og myndunum af Ferdinand sem hún hafði séð í draumi sínum. Þegar hún steig út úr herberginu sínu varð hún hissa að finna að heimilishaldið var þegar upptekið, allir á fleygiferð eins og ekkert hefði breyst. Þetta var venjulegur morgunn, en fyrir Rosemary var allt öðruvísi. Draumurinn sat enn í huga hennar, eins og hann hefði einhvern veginn brúað bilið milli veruleika og fantasíu, og hún gat ekki vikið frá þeirri tilfinningu að eitthvað mikilvægt væri að gerast.

12. KAFLI: GLEÐISAMUR ENDURFUNDUR

Lady Oswald var sú fyrsta sem heilsaði Rosemary um morguninn og bauð henni hjálp við að undirbúa daginn framundan. Hún rétti Rosemary fallegan kjól, sem hún hafði geymt við sérstök tækifæri. Sloppurinn var meistaraverk, skreyttur flóknum blómahönnun sem lét það líta út fyrir að kjarni garðsins hefði verið ofinn inn í efnið. Rosemary smeygði sér í kjólinn og þegar hún horfði á spegilmynd sína, undraðist hún hversu fallegt henni fannst. Kjóllinn passaði hana fullkomlega og undirstrikar náttúrulega þokka hennar og fegurð. Þetta var flík sem hentaði prinsessu og hún gat ekki annað en liðið eins og ein í henni.

Þegar Rosemary lagði leið sína út, sá hún Ferdinand hjóla í átt að bænum. Hann leit út fyrir að vera aðalsmaðurinn, sat uppi á hesti sínum með glæsileika konungsfjölskyldunnar. Nærvera hans var ráðandi og þó var hlýja í kringum hann sem gerði hann enn ómótstæðilegri. Fyrir aftan hann fylgdi Evans-fjölskyldan á eftir í glæsilegum þjálfara, í fylgd manna sinna. Gangan var mikilvæg og ljóst að Sir Gerald og Lady Evans voru komin til að sýna þakklæti sitt fyrir gestrisni og vernd sem þau höfðu fengið frá Oswald og fjölskyldu hans.

Þegar þjálfarinn kom að bænum tóku Oswald og eiginkona hans á móti Sir Gerald og Lady Evans með fyllstu virðingu og tóku þeim opnum örmum. Börnin færðu gestum sínum líka fallega blómvönda og Evans-fjölskyldan tók á móti þeim með brosi og ástúð. Endurfundurinn var hjartnæmur og tilfinningarnar urðu miklar þegar Rosemary faðmaði föður sinn og stjúpmóður. Það voru tár af gleði og létti, og í fyrsta skipti á því sem leið eins og eilífð fann Rosemary hlýju ást fjölskyldu sinnar í kringum sig.

Stjúpmóðir hennar, Lady Evans, hélt Rosemary inni, faðmurinn hennar var fullur af ást og blíðu. Þetta var augnablik djúps sambands, sem Rosemary hafði þráð eftir. Hún hafði alltaf vitað að Lady Evans elskaði hana, en núna, meira en nokkru sinni fyrr, gat hún fundið það í hverri snertingu, hverju orði. Sambandið á milli þeirra var óumdeilt og Rosemary var þakklát fyrir ástina og umhyggjuna sem hún hafði fengið.

Sir Gerald, hrærður yfir góðvild Oswalds og eiginkonu hans, lýsti innilegu þakklæti sínu. Hann þakkaði þeim fyrir að vernda dóttur sína og bauð þeim að slást í för með fjölskyldunni í stóra veislu um kvöldið. Það væri ekki aðeins hátíð fyrir örugga heimkomu Rosemary heldur einnig góðvildinni og örlætinu sem Ferdinand og fjölskyldu hans höfðu sýnt. Sir Gerald krafðist þess að Ferdinand yrði heiðraður fyrir hugrekki sitt og hann var ánægður þegar Oswald og fjölskylda hans þáðu boðið.

Endurfundurinn var fullur af gleði og hlátri og þegar leið á daginn bjuggu Sir Gerald og flokkur hans sig til að leggja af stað til Sjávarkastalans. Oswald og kona hans, eftir að hafa gert áætlanir sínar fyrir veisluna, horfðu á þegar þjálfarinn hvarf í fjarska. Börnin veifuðu bless, hjörtu þeirra full vonar um framtíðina. Ferdinand stóð líka hljóður með augnaráð hans beint að þjálfaranum þegar hann dofnaði af sjónarsviðinu. Þetta var augnablik til umhugsunar fyrir hann og þó hann stæði þarna með fjölskyldu sinni, voru hugsanir hans fullar af því sem framundan var. Ferðalaginu sem þeir höfðu hafið var hvergi nærri lokið og leiðin framundan lofaði að vera full af bæði áskorunum og sigrum. En í bili gat hann huggað sig við þá staðreynd að Rosemary var örugg og að hún væri umkringd þeim sem elskuðu hana.

Þegar sólin settist yfir sjóndeildarhringinn fannst atburðir dagsins eins og draumur – draumur sem Rosemary myndi alltaf bera með sér. Þetta var nýtt upphaf og hvað sem framtíðin bar í skauti sér vissi hún að hún hafði fundið stað þar sem hún átti sannarlega heima.

KAFLI 13: VIÐVÖRUN VINAR

Í sólbjörtu galleríinu sínu vann Rosemary vandlega að málverki og fangar hvert smáatriði í líkingu Ferdinands. Penslið hennar renndi yfir strigann og lífgaði upp á svip hans eins og hann stæði rétt fyrir framan hana. Málverkinu var næstum lokið þegar kunnuglegt andlit birtist - Lenore Winkle, nánustu vinkona hennar, hafði komið fyrirvaralaust. Hjarta Rosemary lyftist við sjónina og þau tvö föðmuðust, vinátta þeirra kviknaði á ný eftir margra vikna millibili.

Hins vegar virtist Lenore fjarlæg, venjulega björt framkoma hennar deyfð af áhyggjum. Rosemary skynjaði breytinguna strax, hamingja hennar blandaðist áhyggjum. Loks talaði Lenore, rödd hennar var óróleg.

"Rosemary," byrjaði Lenore, tónn hennar alvarlegur. "Það er eitthvað sem ég þarf að segja þér. Ég hef heyrt vandræðalega hluti um samskipti föður míns við Nornina í myrku skógunum. Hann hefur verið að ræða eitthvað dýrmætt - perlukassa, sem tilheyrir þér. Hann telur að það gæti verið hættulegt í röngum höndum og vill taka það frá þér áður en nornin reynir eitthvað róttækt. Hún getur greinilega ekki fengið aðgang að friðareyjunni án þess leit að því."

Lenore þagði og safnaði saman hugsunum sínum. "Og það er meira. Það er talað um mann - "útvalinn" - sem verndar þig fyrir henni. Í návist hans er máttur hennar veiktur og hún getur ekki snert þig. Til öryggis þíns bið ég þig að sleppa takinu af perluboxinu."

Mjúkur, vantrúaður hlátur slapp frá Rosemary. Hún fullvissaði Lenore, útskýrði mikilvægi „hins útvalda" og afhjúpaði með miklum blóma málverki sínu sem var næstum lokið. „Þetta er hann, Lenore," sagði hún og sýndi henni andlitsmyndina af Ferdinand. "Hann er sá."

Léttir og gleði sveif yfir andlit Lenore þegar hún horfði á málaða líkingu Ferdinands. Hún óskaði Rosemary til hamingju, hamingja hennar ósvikin, og lofaði að halda vini sínum í hugsunum sínum og bænum. Þeir eyddu restinni af síðdegis í að spjalla og rifja upp, þakklát fyrir þetta tækifæri til að tengjast aftur eftir að faðir Lenore, Sir Gray Winkle, hafði óútskýranlega haldið þeim aðskildum.

14. KAFLI: HÁTÍÐ Í SJÓKASTALA

Sjávarkastalinn hafði lifnað við með þvaður göfugra gesta. Stóri veislusalurinn ljómaði undir ljósi hundruða kerta og lýstu upp andlit sem voru fús til að hitta Ferdinand, unga manninn sem hafði lagt allt í hættu til að vernda Rosemary. Meðal gestanna virtist Sir Gray Winkle mest áberandi, augnaráð hans breyttist stöðugt eins og hann væri að bíða eftir einhverju eða einhverjum.

Rosemary kom inn á tignarlegan hátt, kjóllinn hennar glitraði í birtunni, sem lét hana líta út fyrir að vera næstum lífleg. Stjúpmóðir hennar, Lady Evans, leiddi hana inn í herbergið. Þegar þeir fóru í gegnum mannfjöldann snerust höfuðið og augun fylgdu Rosemary, heilluð af fegurð hennar og glæsileika.

Síðan opnuðust dyrnar til að opinbera Ferdinand og fjölskyldu hans. Ferdinand var óaðfinnanlega klæddur og náttúrulegur sjarmi hans og skapgerð lét hann líta út fyrir að vera eins og hetjan sem hann var. Sir Gerald Evans, faðir Rosemary, heilsaði þeim vel, þakklæti hans var augljóst í því hvernig hann talaði við Ferdinand og fjölskyldu hans. Sir Gray Winkle, ásamt mörgum öðrum, horfði á með aðdáun.

Kvöldið var fullt af hlátri, tónlist og sögum. Rosemary kynnti Ferdinand fyrir vinahópnum sínum, og sérstaklega fyrir Lenore, en andlit hennar lýsti upp þegar hún hitti loksins manninn sem var svo mikið fyrir vinkonu hennar. Hún fylgdist með rólegri ánægju þegar Rosemary kynnti Ferdinand fyrir öðrum, ósögð hamingja glitraði í augu hennar.

Að lokum leiddi Rosemary Ferdinand í galleríið sitt, fús til að sýna honum málverkið sem hún hafði búið til af honum. Þegar Ferdinand stóð fyrir andlitsmyndinni varð hann undrandi. „Þú hefur fangað mig svo vel,“ sagði hann og undraðist hæfileika hennar. "Það er eins og þú hafir málað ekki bara andlit mitt, heldur anda minn."

Gleði Rosemary var aðeins mildud af alvarleika þess sem Lenore hafði trúað áðan. Hún sagði frá viðvörun vinar sinnar og sögusagnir um illgjarnar fyrirætlanir nornarinnar. Saman gengu þau út í garð þar sem fegurð næturinnar virtist vera á skjön við óvissuna sem hangir yfir þeim.

Þegar þeir ræddu dularfulla perlukassann og hugleiddu hvað þeir ættu að gera, fylltist óvænt ónæði í loftinu. Þrumur urruðu og eldingar streymdu um himininn og vörpuðu skelfilegum skugga yfir garðinn. Þá bergmálaði mjúk, melódísk rödd um loftið, sem virtist koma hvergi og alls staðar í einu.

„Rosemary, hin útvalda,“ kallaði röddin. "Segðu föður þínum að þú verðir að leggja af stað í ferðalag með Lauru og Ferdinand sem verndara þinn. Farðu á ströndina; þar mun bátur bíða þín við afskekkta vík. Treystu hafstraumunum - þeir leiða þig örugglega til Friðareyjunnar verður Ferdinand að vera við hlið þér þar til ferð þinni er lokið, því að hann er ætlaður til að vera meira en verndari þinn — hann á að vera eiginmaður þinn.

Röddin dofnaði og Rosemary og Ferdinand stóðu eftir í undrandi þögn. Mikilvægi boðskaparins var ljóst og samt virtist leyndardómurinn í kringum verkefni þeirra aðeins dýpka. Eftir augnablik skiptust þeir á svipmóti og samþykktu þegjandi að þeir yrðu að bregðast skjótt við.

Þau flýttu sér aftur til kastalans, þar sem Rosemary leitaði föður síns.

15. KAFLI: FERÐ INN Í HIÐ ÓÞEKKTA

Rosemary leitaði til föður síns, Sir Gerald Evans, með beiðni sem lá þungt á hjarta hennar. Hún leitaði leyfis til að leggja af stað í ferðalag, verkefni fyrir velferð fólksins á nálægri eyju sem beið hennar í örvæntingu. Faðir hennar hlustaði gaumgæfilega, svip hans var blanda af stolti og áhyggjum. Hann hikaði, tregur til að sleppa henni, en þegar Rosemary minntist á að Ferdinand yrði við hlið hennar, mildaðist hann og veitti henni leyfi, þótt treglega væri.

Sir Gerald, ásamt Lady Evans og Oswalds, fylgdu Rosemary, Ferdinand og landstjóra hennar Lauru að afskekktum læknum þar sem lítill bátur beið þeirra. Loftið fylltist hátíðleika þegar þeir horfðu á hópinn leggja af stað. Sir Gerald og Lady Evans dvöldu við ströndina, augu þeirra fylgdust með bátnum þar sem hann rak á haf út þar til hann var bara smáflekkur við sjóndeildarhringinn.

Án þeirra vita hafði Sir Gray Winkle sínar eigin áætlanir. Hann horfði á úr skugganum og lagði fljótt leið sína að öðrum bát, flýtti sér að falinni snekkju sinni með óheillavænlegum ásetningi. Nornin í Dark Woods hafði lofað honum verulegum verðlaunum ef hann gæti fært henni dularfulla perluboxið sem Rosemary átti. Til að ná þessu ætlaði hann að blekkja Rosemary til að trúa því að kassinn væri bölvaður og hættulegur. Menn hans stýrðu snekkjunni í átt að bát hópsins, en náttúran hafði önnur áform. Skyndilegur, ofsafenginn stormur kom upp og rak snekkjuna aftur í átt að höfninni. Svekktur og sigraður yfirgaf Sir Gray eltingarleikinn og lagði leið sína í gegnum skóginn, á leið í átt að nornabæli til að játa mistök hans. Hann vissi ekki, nornin hafði fylgst með hverri hreyfingu hans um töfrandi hnöttinn sinn.

Á meðan sigldu Rosemary og félagar hennar óáreittir, án þess að vita af storminum sem hafði hindrað eftirför Sir Grey. Sjórinn var kyrr í kringum þá og stýrði þeim friðsamlega eins og af einhverri óséðri hendi. Á innan við klukkustund komust þeir að strönd eyjarinnar. Þegar þeir klifruðu upp úr bátnum fundu þeir sig umkringdir grjóti og háum trjám, án tafarlausra merki um mannslíf. Þeir voru staðráðnir í að finna einhver merki um siðmenningu og héldu dýpra inn í þéttan skóg eyjarinnar.

Friðsamleg könnun þeirra var fljótlega rofin af öskri fjarlægra dýra, hljóð sem bergmálaði í gegnum trén og sendi hroll í gegnum Rosemary. Hún leit í kringum sig, hrædd, og fyrsta eðlisávísun hennar var að fara aftur í bátinn. En þegar þeir komu aftur að læknum var báturinn horfinn og þeir urðu strandaðir. Óttinn læddist inn í hjörtu þeirra þegar þeir veltu fyrir sér hvort þetta væri gildra sem einhver hafði myrkur fyrirætlanir lagt.

Ferdinand lét hins vegar ekki trufla sig. Hann losaði slíðrið af sverði sínu, afstaða hans var í stakk búin og viðbúin hvers kyns ógn sem gæti steðjað að þeim. Rosemary greip þétt um perluboxið, hnúarnir fölir þegar hún bað hljóðlega um öryggi Ferdinands. Hann gekk fram af rólegri ákveðni og leiddi þá frá ströndinni og nær hljóðum villtra dýranna. Hann fór varlega fram, Rosemary og Laura fylgdu skammt á eftir, andlit þeirra föl af ótta en treystu á vernd hans.

Þegar þeir þrýstu áfram, voru skilningarvit Ferdinands skarpari, reiðubúinn til að verja félaga sína gegn hvers kyns hættu. Hvert skref leiddi þá dýpra inn í hið óþekkta, samt hugrekki Ferdinands hvatti Rosemary til að halda ró sinni, jafnvel þegar hjarta hennar hljóp af óvissu.

Kafli 16: Schemes in the Shadows

Þegar sólin dýfði fyrir neðan sjóndeildarhringinn og varpaði löngum skugga yfir landið, kom Sir Gray Winkle loksins að helli nornarinnar, falinn djúpt í skóginum. Hellirinn gaf frá sér skelfilega, óeðlilega orku, en Sir Gray kyngdi ótta sínum og gekk inn, stálpaði sig til að takast á við reiði hennar.

Nornin heilsaði honum með hæðnisglettni, rödd hennar drýpur af kaldhæðni. „Velkominn, konungur hugleysingja,“ sagði hún að athlægi, augu hennar glitra af fyrirlitningu.

Sir Gray opnaði munninn til að útskýra storminn sem hafði komið í veg fyrir áætlanir hans, en nornin skar hann af sér með trylltu öskri. — Tekurðu mig sem fífl? sleit hún. „Ég hef séð allt. Aumkunarverð viðleitni þín var ekkert minna en vandræði. Þú léstt bara storm stöðva þig, þegar ég bauð þér að sækja kassann, jafnvel þótt það þýddi að taka Rosemary af lífi!

„En,“ stamaði hann, skjálfti af hræðslu í röddinni, „hún er mér eins og dóttir. Ég gat ekki skaðað hana."

Augu nornarinnar loguðu af reiði þegar hún gekk að honum. „Talaðu ekki við mig um veikleika, ömurlegi ormurinn þinn! hún hrækti. „Slepptu sjón minni áður en ég breyti þér í mold!

Orð hennar snerust um loftið eins og hnífur og Sir Gray staulaðist afturábak, andlit hans föl af ótta. Sigraður og niðurlægður hörfaði hann úr hellinum, axlirnar lækkuðu. Þegar hann lagði leið sína aftur til Sjávarkastalans nagaði eftirsjáin í hjarta hans. Í fyrsta skipti bað hann hljóður um öryggi Rosemary og Ferdinand, í von um að þau yrðu áfram utan seilingar myrkra krafta nornarinnar.

KAFLI 17: TÖFRANDI UPPGÖTVANIR

Ferdinand, Rosemary og Laura gægðust varlega í gegnum þykkan vegg af runnum og atburðarásin sem lá fyrir þeim tók andann úr þeim. Við kyrrláta tjörn lágu ljón við hlið kinda, uxar blönduðust hestum og jafnvel krókódílar lauguðu sig friðsamlega á bökkunum og fylgdust með rólegri samkomu. Dýr sem voru náttúrulegir óvinir virtust sameinast hér í sátt umfram ímyndunarafl.

"Gæti þetta verið himnaríki?" Rosemary hvíslaði og augun stór af lotningu.

„Þetta er merkilegt," svaraði Ferdinand, jafn töfrandi. „Mig hefði aldrei getað dreymt um slíkan stað.

Á því augnabliki hljóp tignarlegur sjóhestur - dularfull vera sem Rosemary hafði aðeins talað um í sögum - á sprett í átt að henni af gleði. Hún tók andköf, þekkti veruna úr æskusögum sínum og deildi spennu sinni með Ferdinand, sem varð djúpt snortinn af sjóninni.

En undrunin endaði ekki þar. Sjóhesturinn nam staðar fyrir framan þá, reis upp og sagði með skipandi röddu: „Látum loforð ostrusadrottningarinnar rætast með krafti perlukassans.

Allt í einu byrjaði perlukassinn í höndum Rosemary að titra. Hún var hrædd og henti því ósjálfrátt upp í loftið. Kassinn splundraðist á miðju flugi og dreifði ljómandi perlum í allar áttir. Þrumuhljóð ómaði um himininn, eldingar streymdu yfir himininn og sterkt, geislandi ljós umvefði eyjuna og neyddi þá til að loka augunum.

Þegar þeir opnuðu augun, lagði þögnin yfir eyjuna. Þeir fundu sig umkringdir af perluhafi sem lá svo þétt á víð og dreif að jörð sást varla. Og eins og hún væri töfruð fram af töfrum iðaði nú hin einu sinni tóma eyja af fólki. Þessir eyjarskeggjar voru skreyttir fínum perluskartgripum og hneigðu sig fyrir Ferdinand og Rosemary með lotningu. Þeim hjónum til mikillar undrunar bar nú hvort um sig gljáandi perlukrónu.

Á meðan, í dimmum helli á meginlandinu, starði nornin, sem hafði gert samsæri gegn Rosemary og Ferdinand, inn í töfra hnöttinn sinn, aðeins til að horfa á hann splundrast í höndum hennar. Í fljótu bragði bráðnaði hún, máttlaus eins og grýlukerti í öskrandi eldi, sigruð af guðlegum töfrum kassans.

Ferdinand, Rosemary og Laura voru svo agndofa yfir þessari annarsheima umbreytingu að orð fóru framhjá þeim. Fólkið á eyjunni, fullt af þakklæti, skipulagði konunglega hátíð til að heiðra nýja leiðtoga sína. Þeir leiddu hópinn að stórkostlegum vagni dreginn af óspilltum hvítum hestum, sem flutti þá til hjarta eyjarinnar og í átt að stórri höll sem virtist glitra undir sólarljóma.

Þegar prestur eyjarinnar var kominn inn í höllina nálgaðist Ferdinand og Rosemary. Hann upplýsti að þeir væru hinir spáðu höfðingjar sem myndu færa eyjunni velsæld og uppfylla loforð sem Ostrudrottningin gaf. Hann hvatti þá blíðlega til að giftast og stjórna eyjunni sem konungur og drottning, beiðni sem vakti bæði undrun og undrun.

Þrír öldungar stigu síðan fram til að deila sögu sem hafði gengið í gegnum kynslóðir - saga næstum 300 ára gömul, sem geymir lykilinn að sögu þessarar dularfullu eyju. Ferdinand og Rosemary hlustuðu af athygli, heilluð af goðsögninni sem hafði ráðið örlögum þessarar eyju og íbúa hennar.

18. KAFLI: THE LEGEND OF THE PEACEFUL KINGDOM

Fyrsti öldungurinn talaði, rödd hans bergmálaði um stóra salinn. „Fyrir þremur hundruð árum var eyjunni okkar stjórnað af vitur og göfugum konungi að nafni Goodwill. Hann var friðsæll leiðtogi, maður styrks og samúðar, sem færði fólkinu okkar mikinn auð og sátt. Hins vegar vantaði hann erfingja og auðlegð eyjarinnar okkar gerði hana viðkvæma fyrir öfund og yfirgangi utanaðkomandi aðila.

Augu öldungsins ljómuðu af stolti þegar hann hélt áfram: „Þrátt fyrir hætturnar elskaði Goodwill konungur könnun. Í hverri ferð sneri hann aftur með gersemar og fróðleik frá fjarlægum löndum. Á einni slíkri ferð varð sjórinn skelfilega kyrr, en skip hans var skyndilega velt um eins og óséð öfl. Undarlegar raddir fylltu loftið, sem hrópuðu á hjálpræði mitt í villtum, bergmáli öskra.

Annar öldungur steig fram til að halda sögunni áfram. „Það var þá sem voðalegur kolkrabbi kom upp úr djúpum hafsins. Það var að veiða ostrur í miklum fjölda og eyðilagði þær verur sem bera ábyrgð á að búa til perlur. Þar á meðal var ostrusadrottningin sjálf, sem bað um hjálp, því að risastór kolkrabbi hótaði að tortíma ríki hennar.

„Hróp drottningar slógu hjarta konungsins og hann ákvað að vernda ostrurnar. Hann og áhöfn hans börðust hetjulega og eftir harða bardaga tókst konungi að drepa kolkrabbinn, en ekki áður en hann gaf banvæna stungu. Ostrudrottningin kom upp úr öldunum, andlit hennar fyllt þakklæti.

Öldungurinn laut höfði og sagði frá orðum drottningarinnar. „„„Göfug konungur,“ sagði hún, „þú hefur bjargað ríki mínu frá glötun, og fyrir þetta blessa ég eyjuna þína. Héðan í frá skal engu blóði úthellt á strendur þínar. Ljón og önnur dýr munu éta gras og lifa friðsælt meðal manna. Íbúar lands þíns munu vera heiðarlegir, og jafnvel minnsti þjófnaður mun vera óheyrður."

Annar öldungurinn bætti svo við: „Ostrudrottningin blessaði fólk velvildar konungs með friði og hreinleika. Hún spáði því að eyjan yrði varin fyrir óvinum með hafstraumum og stormum og hún yrði óstjórn í þrjár aldir. Síðan, þegar rétti tíminn var kominn, myndi sjóhestur koma með útvalinn prins og prinsessu, sem myndi bera perlubox - merki um loforð drottningarinnar. Þessi kassi myndi færa eyjunni velsæld og sameina hina útvöldu valdhafa sem myndu hefja friðartímabil.“

Þriðji öldungurinn tók við sögunni með hátíðlegu augnaráði. „Þegar hann kom heim, sagði konungur þjóð sinni þessa sögu. Hann veiktist af kolkrabbastungunni og lést eftir margra mánaða þjáningu. Síðan þá hafa forfeður okkar beðið eftir að spádómurinn rætist og flutt söguna um hina útvöldu valdhafa sem myndu koma til að koma á friði og velmegun.“

Þegar öldungarnir luku sögunni skiptust Rosemary og Ferdinand á augum og skildu dýpt tengsl þeirra við þessa eyju og fólkið hennar. Þeir kinkuðu kolli til samþykkis við beiðni prestsins, en með einu skilyrðum — vildu þeir bjóða fjölskyldum sínum að taka þátt í gleðilegu sameiningu þeirra. Presturinn og fólkið, mjög glöð, samþykktu fúslega, því að þeir voru líka fúsir til að taka á móti fjölskyldu nýju höfðingja sinna.

Eyjamenn fögnuðu, hrifnir af uppfyllingu hins forna spádóms. Með Ferdinand og Rosemary sem konung og drottningu, ætlaði Friðareyjan að ganga inn í nýtt tímabil, fyllt af von, sátt og takmarkalausri velmegun. Og svo, innan um eyju sem er þakin perlum og blessunum, var sviðið sett fyrir ríki sem er ólíkt öllu öðru - landi þar sem ást, friður og eining myndi að eilífu ríkja.

19. KAFLI: GLEÐISAMUR ENDURFUNDUR OG KONUNGLEGT BRÚÐKAUP

Þegar fyrstu dögunargeislarnir komu yfir sjóndeildarhringinn bjó skip sig undir að yfirgefa höfn eyjarinnar í fyrsta skipti í þrjár aldir. Sjö eyjarskeggjar, sem báru mikilvægar bókrollur, sigldu í átt að meginlandinu til að koma skilaboðum til Sir Geralds og Oswalds. Ferðalag þeirra hafði örlög og tilgang að leiðarljósi, og þeir voru ánægðir með að finna Sjávarkastalann skammt frá ströndinni, glitraður af morgunljósi.

Kastalaverðirnir, hissa á gestum, tilkynntu Sir Gerald Evans fljótt að sendiboðar hefðu komið með fréttir af ástkærri dóttur hans, Rosemary. Sir Gerald tók vel á móti gestum, fús til að fá skilaboð þeirra. Hann opnaði bókrolluna og las hugljúf orð Rosemary sem lýstu ótrúlegu ferðalagi hennar, fjársjóðum eyjarinnar og nýfundinni skyldu hennar sem drottning. Með gleði í orðum sínum bað Rosemary blessunar föður síns fyrir hjónaband sitt og Ferdinand og hlutverk hennar sem drottning eyjarinnar.

Þegar skilaboðin voru borin lögðu Evans fjölskyldan og sendimennirnir af stað saman í átt að sveitabæ Oswalds í tveimur glæsilegum vögnum. Þegar Oswald og eiginkona hans sáu Evans-fjölskylduna koma, lýstu andlit þeirra upp, þó að vísbending um vonbrigði flökti þegar þau komust að því að Ferdinand var ekki með þeim. Gleði þeirra kom þó aftur þegar þeir lásu bókrolluna og fengu að vita um ævintýri Ferdinands og örlög hans á eyjunni. Sendiboðarnir fullvissuðu þá um að skip beið þeirra allra, tilbúið að flytja þá til eyjarinnar til brúðkaups og krýningar.

Án tafar ákváðu Sir Gerald og Oswald að ferðast til eyjunnar sama kvöld, ásamt fjölskyldum sínum. Hóparnir tveir fóru um borð í báta sem fluttu þá örugglega að skipinu. Um kvöldið lagði skipið af stað og lagði af stað í ferð til eyjunnar til að uppfylla drauma Rosemary og Ferdinand.

Morguninn eftir, þegar skipið nálgaðist höfnina, komu Ferdinand, Rosemary og íbúar eyjarinnar saman til að taka á móti fyrstu gestunum sem þeir höfðu séð í yfir þrjú hundruð ár. Eyjamenn útbjuggu tvo glæsilega vagna, skreytta kransa og friðartáknum, til að fylgja gestum til hallarinnar. Sir Gerald og Lady Evans voru undrandi þegar þau tóku að sér töfrandi fegurð sjóhestsins, sem kom þeim á óvart með því að tala og tjá þakklæti fyrir góðvild þeirra.

Þegar búið var að koma sér fyrir, leitaði presturinn Evans fjölskylduna og aðra gesti til að ræða tímasetningu brúðkaupsins. Það var ákveðið að Ferdinand og Rosemary myndu giftast daginn eftir. Gestirnir voru síðan sýndir í lúxusherbergin sín, hvert herbergi útbúið með glæsileika, til heiðurs endurfundinum og upphaf nýs tímabils fyrir eyjuna.

Allan daginn undirbjuggu Eyjabúar sig fyrir konunglega brúðkaupið og gerðu hvert fyrirkomulag að tákni um efndir loforðs Oysterdrottningarinnar. Fólkið gladdist, fann að bjartur nýr kafli var að renna upp á eyjunni þeirra – kafli kærleika, friðar og velmegunar.

Kafli 20: Brúðkaup til að sameina tvo heima

Morguninn eftir var eyjan iðandi af eftirvæntingu. Allt samfélagið kom saman fyrir utan hina fornu kirkju eyjarinnar, fús til að verða vitni að konunglegu brúðkaupinu. Barnakórinn söng glaðværa lag og fyllti loftið samheldni og von þegar brúðarþjálfarinn nálgaðist.

Þegar Rosemary steig út, andaðist mannfjöldinn af ótta. Hún var geislandi, sýn í brúðkaupsbúningnum, blæjan fossaði á bak við hana eins og úða af morgunljósi. Börn, full af gleði og undrun, báru langa lest blæju hennar og jók á töfrandi andrúmsloftið. Í gegnum fíngerðan tjullinn ljómaði andlit hennar af hlýju og ljóma hamingjunnar, eins og tunglið sást í gegnum mjúkt, hálfgagnsætt ský.

Sir Gerald fylgdi stoltur dóttur sinni niður ganginn. Mjúk tónlist lék á meðan þau gengu og bjöllur hringdu varlega yfir höfuðið, sem markaði hvert skref í átt að nýju upphafi. Gestirnir fylgdust með aðdáun, heillaðir af kyrrlátri fegurð augnabliksins.

Við altarið stóð Ferdinand og beið eftir brúði sinni. Hávaxin og riddaraleg nærvera hans geislaði af styrk og göfgi, og hann virtist vera ímynd hugrakkurs riddara, rólegur en þó ákveðinn. Þegar Rosemary gekk til liðs við hann horfði hópurinn undrandi á hið fullkomna par sem þau bjuggu til, hvort um sig endurspeglaði náð og hugrekki hins.

Eyjapresturinn sá um athöfnina og veitti Ferdinand og Rosemary ekki aðeins hjónabandið heldur titilinn konungur og drottning. Þetta var sameining ekki bara tveggja manna, heldur tveggja heima, sem hvor um sig færði öðrum von og ljós.

Eftir brúðkaupið beið gestanna vegleg veisla í glæsilegum sal hallarinnar sem hafði verið fagurlega skreyttur í tilefni dagsins. Andlitsmyndir af Goodwill konungi og forverum hans voru á veggjum, hver áminning um göfuga sögu eyjarinnar. Sir Gerald undraðist glæsileika salarins, stoltur af því að mynd dóttur sinnar myndi fljótlega sameinast hinum miklu höfðingjum eyjarinnar, sem markar upphaf nýrrar arfleifðar.

Þegar allir komu sér fyrir í veislunni sagði presturinn enn og aftur goðsögnina um eyjuna friðar og deildi hvetjandi sögunni með gestum sem voru nýir í töfrum hennar. Sagan um hugrekki Goodwill konungs og blessunin sem Ostrudrottningin veitti fyllti herbergið lotningu. Sir Gerald, sem hlustaði á söguna af landi þar sem friður ríkti og átök voru óþekkt, fann fyrir gríðarlegu stolti og gleði yfir því að dóttir hans væri nú hluti af svo einstöku og göfugu ríki.

Sir Gerald lyfti glasinu og bauð brúðhjónunum blessun sína og óskaði þeim langrar ævi fyllt með friði og velmegun. Og á því augnabliki, þegar eyjarskeggjar fögnuðu sameiningu nýja konungs síns og drottningar, var ljóst að loforð ostudrottningarinnar höfðu sannarlega gengið eftir. Friðareyjan hafði endurheimt fyrri dýrð sína og framtíð hennar leit bjartari út en nokkru sinni fyrr.

21. KAFLI A ROYAL ASCENSION

Eftir þriggja alda þögn barst stóri salur hallarinnar af spenningi og eftirvæntingu. Eyjabúar, sem höfðu beðið þolinmóðir eftir uppfyllingu fornra loforða ostrudrottningarinnar, komu nú saman til að verða vitni að krýningu nýs konungs og drottningar. Ferdinand og Rosemary, útvöldu hjónin sem aðgerðir þeirra höfðu fært velmegun aftur til eyjunnar, myndu brátt stíga upp í hásætið á eyjunni friðar.

Klædd glæsilegum skikkjum gengu Ferdinand og Rosemary niður miðganginn, hönd í hönd. Róleg og virðuleg framkoma þeirra vakti aðdáun áhorfenda þegar þeir nálguðust hásætin, tákn um arfleifð sem legið hafði í dvala í kynslóðir. Með hátíðlegu brosi tók presturinn á móti þeim, rödd hans stöðug þegar hann leiddi hjónin í gegnum hefðbundin heit. Með mildum höndum setti hann konungskórónurnar á höfuð þeirra og lýsti þær formlega að Ferdinand konungi og Rosemary drottningu. Í hönd Ferdinands setti hann staf sem glitraði af himneskum ljóma, tákn um nýfengið vald sitt og óslitið fyrirheit um frið.

"Lifi Ferdinand konungur!" kallaði presturinn og rödd hans ómaði um salinn. Fólkið brást við í takt, raddir þeirra hækkuðu af lotningu.

"Og lengi lifi Rosemary drottning!" presturinn hélt áfram, og enn og aftur bættist fólkið við, raddir þeirra voru kór tryggðar og vonar.

Ferdinand og Rosemary skiptust á augnaráði, auðmjúk yfir því hversu stórmerkilegt atvikið var. Ferð þeirra til þessa dags hafði verið full af áskorunum og prófraunum, en hér stóðu þeir, uppfylling forna spádóms eyjarinnar.

Stórfengleg athöfnin og yfirgnæfandi tryggð fólksins fannst súrrealískt, eins og það væri lent í fallegum draumi.

Í viðurkenningu á gnægð eyjarinnar flæddi fjársjóður hallarinnar yfir af gljáandi perlum - til vitnis um velmegunina sem hafði skilað sér til eyjunnar. Eyjabúar áttu líka perlur sem þeir höfðu ekki efni á að geyma, gjöf úr djúpum hafsins sem markaði endurreisn sáttar.

Sem fyrsta verk hans sem konungur rétti Ferdinand fram hönd til heimsins handan við strendur eyjarinnar. Hann óskaði formlega eftir því að Sir Gerald og Oswald störfuðu sem sendiherrar og báru boð til hennar hátignar, Englandsdrottningar, um að heimsækja hina nýfæddu eyju. Boðið, bókrolla með innsigli Ferdinands, var brú á milli eyjarinnar og umheimsins. Hann færði Sir Gerald og Oswald þrjá íburðarmikla öskjur fyllta með stórkostlegum perluskartgripum, gjöfum frá íbúum eyjarinnar, til að bjóða henni hátign sem tákn um velvild.

Auk gjafanna til drottningar, þakkaði Ferdinand fjölskyldum sem stutt höfðu hann og Rosemary þakklæti sitt. Hann afhenti Evan-hjónunum þrjá kassa af perlugripum og Oswald-hjónunum þremur. Fjölskyldurnar tóku þessum táknum með hlýju, þakklátar fyrir heiðurinn og djúpt snortnar af látbragði eyjarinnar.

22. KAFLI: KVEÐJUFERÐIN

Með krýningu lokið og framtíð eyjarinnar tryggð var kominn tími fyrir töfrandi sjóhestinn að snúa aftur til sjávar. Hlutverki sínu uppfyllt, bjó sjóhesturinn til að kveðja nýja konunginn og drottninguna. Þegar það nálgaðist ströndina hneigði það tignarlega höfðinu og blessaði Ferdinand og Rosemary í síðasta sinn. Tár spruttu í augu Rosemary þegar hún horfði á hina stórbrotnu veru vaða hægt út í vötnin, glitrandi myndar sýn styrks og náðar.

Hópurinn sem safnaðist andaði þegar sjóhesturinn byrjaði að umbreytast, tignarleg lögun hans minnkaði smám saman þar til hann varð að litlum, viðkvæmum sjóhestur aftur. Í endanlegri mynd synti sjóhesturinn í djúp sjávarins og hvarf út í sjóndeildarhringinn. Sir Gerald og Lady Evans, sem stóðu í nágrenninu, dáðust að umbreytingunni, heilluð af dularfullri kveðjustund. Þau gátu ekki annað en hugsað hversu heppin dóttir þeirra var að hafa átt svona töfrandi tengsl við goðsagnaveru.

Áður en hún fór, bað Rosemary einlæga beiðni til ríkisstjóra sinnar um að vera áfram á eyjunni með henni. Ríkisstjórinn, snortin af bæn Rosemary, samþykkti fúslega og kaus að vera við hlið hennar á þessum nýja kafla í lífi hennar.

Loksins var komið að því að Evans, Oswalds og aðrir gestir fóru af eyjunni. Þeir fóru um borð í skipið sem myndi flytja þá aftur til Englands og skildu eftir með góðar minningar og djúpa virðingu fyrir eyjunni og íbúum hennar. Eyjamenn, sem sýndu sömu vinsemd og tóku á móti gestum þeirra, útveguðu báta til að flytja þá örugglega að skipinu. Eyjabúar voru hlaðnir gjafaöskjunum fullum af perluskrauti og sáu til þess að hver kassi kæmist að Sjávarkastalanum án atvika áður en þeir kvöddu brottfarargesti.

Lady Oswald, í fylgd með börnum sínum, Edward og Annie, tóku glæsilegan vagn sem Sir Gerald hafði útvegað fyrir ferð sína aftur til Sjávarkastalans. Hjörtu þeirra fylltust þakklæti, þeir báru með sér ekki aðeins minningarnar um eyjuna heldur einnig fallegar gjafir perluskartgripa, sem þeim voru gefnar sem tákn um þakklæti eyjarinnar.

Þegar hún kom að kastalanum skoðaði Lady Evans vandlega kassana þrjá af perlufjársjóðum og dáðist að flókinni fegurð hvers hluta. Þegar hún bar perlurnar fann hún fyrir djúpri gleði og stolti og þótti vænt um þessar gjafir sem áminningu um hið töfrandi land sem dóttir hennar ríkti nú.

Með litlum tíma til að sóa, bjuggu Sir Gerald og Oswald sig undir að afhenda Englandsdrottningu boð eyjarinnar. Saman lögðu þau af stað, staðráðin í að deila undrum friðareyjunnar með heiminum handan við strendur hennar.

23. KAFLI: KONUNGLEG KYNNI

Við komuna til Englands fengu Sir Gerald og Oswald áheyrn hjá Konunglegu hátigninni, drottningunni. Þegar þeir gengu inn í stóra salinn, færðu þeir þrjá flókna skreyttu kassana fyllta með töfrandi perluskartgripum – gjöf frá Ferdinand konungi og Rosemary drottningu á Friðareyjunni. Herramennirnir rifjuðu upp sögu eyjarinnar, stað þar sem menn og villidýr lifðu í sátt og samlyndi, ósnortin af ofbeldi eða blóðsúthellingum, og þar sem fólkið var komið til að þykja vænt um friðinn sem helgasta gildi sitt.

Drottningin hlustaði af athygli og svipur hennar breyttist frá forvitni yfir í raunverulega aðdáun þegar hún lærði af einstökum háttum eyjarinnar. Hugmyndin um land þar sem engu blóði var úthellt og þar sem jafnvel villidýr bjuggu í friði við menn, heillaði ímyndunarafl hennar. Hún varð hrifin af frásögn Ferdinands konungs og Rosemary drottningar, leiðtoga svo merkilegs ríkis. Með djúpri virðingu þáði drottningin boðið um að heimsækja þessa ótrúlegu eyju, sem og hinar stórkostlegu perlur, sem hún viðurkenndi sem tákn um ríkulegan frið og velmegun eyjarinnar.

Aftur á móti lét hátign hennar í ljós þakklæti sitt með glæsilegum eigin gjöfum: gulli, sjaldgæfum gimsteinum og dýrmætum gripum, hver hlutur var vandlega valinn til virðingar til konungs og drottningar friðareyjunnar. Yfirgnæfðir af góðvild sinni og gjafmildi færðu Sir Gerald og Oswald innilegar þakkir og fóru með miklar vonir, fús til að deila svari drottningarinnar með ástkærum konungi og drottningu.

Þegar þeir sneru aftur til eyjunnar, sendu sendiherrarnir glaðir viðtökur drottningar á boðið og færðu gjafir hennar. Ferdinand konungur og Rosemary drottning voru djúpt snortin af velvilja og stuðningi drottningarinnar. Hlýjan og einlægnin í orðaskiptum táknaði vænlegt bandalag milli Friðareyjunnar og Englands.

24. KAFLI: HEIMSÓKN DROTTNINGAR OG FRIÐARSÁTTMÁLINN

Konunglega hátign hennar, Englandsdrottning, fór að lokum í langþráða ferð sína til friðareyjunnar. Þegar skip hennar nálgaðist strendur, var sjónin sem tók á móti henni heillandi – líflegt landslag baðað sólarljósi, þar sem gróskumikið gróður mætti sjónum og villtar verur gengu frjálsar á meðal fólksins. Ferdinand og Rosemary tóku á móti henni opnum örmum, gleði þeirra var augljós þegar þau leiddu hana í gegnum samfelldan heim eyjarinnar.

Drottningin heillaðist af kyrrð eyjarinnar og sló í gegn að sjá dýr sem ráfuðu án ótta meðal fólksins. Það voru engar girðingar eða hlekkir, engin tilfinning um stigveldi meðal tegunda, bara sameiginlegur friður sem ríkti í hverju horni landsins. Snert af því sem hún varð vitni að, fannst drottningin innblásin til að tryggja þennan einstaka stað gegn hvers kyns ógnum sem gætu truflað æðruleysi hennar. Þannig hét hún vernd konungsríkis síns og undirritaði friðarsáttmála sem tryggði að England myndi standa við hlið eyjarinnar í neyð.

Auk friðarsamningsins komust drottningin og Ferdinand konungur að samkomulagi um viðskiptabandalag. Þetta samstarf lofaði að skipt yrði á perlum fyrir dýrmætar vörur, sem myndu auðga enn frekar bæði England og friðareyjuna. Þegar drottningin skrifaði undir þessa samninga gaf hún yfirlýsingu sem myndi að eilífu heiðra orðstír eyjunnar og sagði hana „friðsælasta stað á jörðinni“. Aðdáun hennar á eyjunni var svo djúp að hún lofaði að koma oft aftur, fús til að upplifa óviðjafnanlega ró hennar þegar mögulegt var.

Þetta nýja bandalag leiddi til tímabils gnægðs fyrir eyjarskeggja. Þeir skiptu með perlum fyrir sjaldgæfa vörur úr fjarska og jók velmegun þeirra. Land þeirra var blessað með ilmandi, litríkum blómum sem blómstruðu alls staðar og fylltu loftið mildum, sætum ilm. Akranir gáfu mikla uppskeru og gróskumikið beitiland teygði sig yfir eyjuna og veitti dýrunum mikla beit. Þar sem ekkert dýranna var rándýr, reikuðu þau friðsamlega saman og dafnaði í vistkerfi sem skilgreint er af jafnvægi og gagnkvæmri virðingu.

Kafli 25: Ríki varanlegrar sáttar

Eftir því sem dagarnir liðu blómstraði eyjan umfram það sem nokkurn hefði getað ímyndað sér. Hafstraumar og sterkir vindar virkuðu sem náttúrulegir verndarar og vörðu sjóræningja og óæskilega gesti. Aðeins þeir sem höfðu góðan ásetning gátu náð ströndum þess, dregnir að orðspori þess sem staður friðar og velmegunar. Lönd frá fjarlægum löndum leituðu fljótlega eftir friðsamlegum samskiptum við Friðareyjuna, sem leiddi til viðbótarsamninga sem styrktu stöðu þess sem virt og velmegandi land. Þessir samningar bönnuðu stranglega hvers kyns viðskipti eða sölu á dýrum og vernduðu hið ástkæra dýralíf sem var orðið að þykja vænt um sjálfsmynd eyjarinnar.

Með hverju tímabili sem leið hélt fegurð eyjunnar áfram að vaxa. Fólkið, ánægt og öruggt, naut ávaxta erfiðis síns og auðlegðar lands síns. Gleðisöngur fugla eyjarinnar varð stöðugt lag sem fyllti hvert augnablik af gleðilegri sátt sem virtist endurspegla sál eyjarinnar sjálfrar.

Evans og Oswalds komu oft aftur til að heimsækja Ferdinand og Rosemary, sem tóku á móti þeim með opnum hjörtum. Oswald, sem hafði risið upp í pólitískum vexti á Englandi, var ekki lengur bara auðugur landeigandi heldur virtur persóna með áhrif. Tengsl þeirra við konunginn og drottninguna héldust sterkur, sem er vitnisburður um varanlega vináttu sem hafði blómstrað á eyjunni.

Ríkisstjóri Rosemary, Laura, kaus að vera áfram á eyjunni að beiðni Rosemary og þjónaði sem löglegur ráðgjafi hennar og tryggur félagi. Viska hennar reyndist ómetanleg í því að hjálpa Rosemary að sigla í nýju hlutverki sínu sem drottning. Samt, þegar fjölskylda Sir

Geralds stækkaði með fæðingu sonar hans, Richmond Evans, sneri Laura aftur til Englands eftir eitt ár, tilbúin að styðja fjölskylduna aftur.

Undir viturri og miskunnsamri stjórn Ferdinands konungs og Rosemary drottningar hélt Friðareyjan áfram að dafna og var öðrum þjóðum fordæmi. Orðspor þess sem ríki friðar og allsnægta jókst aðeins og vakti aðdáun nær og fjær. Svo lengi sem þeir ríktu, þótti Ferdinand og Rosemary vænt um eyjuna og íbúa hennar og stjórnuðu af góðvild og heilindum. Saman bjuggu þau í sátt við þegna sína, ást þeirra til hvors annars og konungsríkis sem varðveitti arfleifð friðar sem mun verða minnst um komandi kynslóðir.

LOKIÐ

www.ingramcontent.com/pod-product-compliance
Lightning Source LLC
LaVergne TN
LVHW050757051026
849532LV00008B/2889